വേണാടിന്റെ ആര്യവല്ക്കരണവും
മാർത്താണ്ഡവർമ്മയും

venadinte aryavalkaranavum marthandavarmayum
study
•
d dayananthan
•
first edition
september 2019
•
typesetting
star communications, thiruvananthapuram
•
published
chintha publishers, thiruvananthapuram
•
cover
ambish kumar

വിതരണം
ദേശാഭിമാനി ബുക്ക് ഹൗസ്
H O തിരുവനന്തപുരം-695 035
phone: 0471-2303026, 6063026
www.chinthapublishers.com
chinthapublishers@gmail.com

ബ്രാഞ്ചുകൾ
ഹെഡ്ഡാഫീസ് ബ്രാഞ്ച് കുന്നുകുഴി • സ്റ്റാച്യു തിരുവനന്തപുരം • കെ എസ് ആർ ടി സി ബസ് സ്റ്റേഷൻ ആലപ്പുഴ • കെ എസ് ആർ ടി സി ബസ് സ്റ്റേഷൻ എറണാകുളം • മച്ചിങ്ങൽ ലെയിൻ തൃശൂർ • ഐ ജി റോഡ് കോഴിക്കോട് • മാവൂർ റോഡ് കോഴിക്കോട് • എൻ ജി ഒ യൂണിയൻ ബിൽഡിങ് കണ്ണൂർ • സെൻട്രൽ ബസ് ടെർമിനൽ കോംപ്ലക്സ് താവക്കര കണ്ണൂർ

CO - 2863 / 5130
ISBN - 978-93-89410-25-9

വേണാടിന്റെ ആര്യവല്ക്കരണവും മാർത്താണ്ഡവർമ്മയും

(പഠനം)

ഡി ദയാനന്ദൻ

ചിന്ത പബ്ലിഷേഴ്സ്
തിരുവനന്തപുരം-695 035

ഡി ദയാനന്ദൻ

1954 ജനുവരി പത്തിന് നെയ്യാറ്റിൻകരയിൽ ജനനം. പിതാവ് : പി ഡാനിയൽ. മാതാവ്: എസ് യേശുനേശ. കേരള സർവ്വകലാശാലയിൽ നിന്ന് മലയാളം, ചരിത്രം എന്നീ വിഷയങ്ങളിൽ മാസ്റ്റർ ബിരുദം നേടി. ആർക്കൈവ്സ് വകുപ്പിൽ മുപ്പത്തിഒന്നു വർഷത്തെ ഔദ്യോഗിക ജീവിതത്തിനു ശേഷം 2007 ഡിസംബറിൽ ആർക്കിവിസ്റ്റായി റിട്ടയർ ചെയ്തു. അതിനിടെ സർക്കാരിന്റെ പ്രത്യേക അനുമതിയോടുകൂടി കൊച്ചി സർവ്വകലാശാലയുടെ കീഴിലുള്ള Centre for Heritage Studies ൽ അദ്ധ്യാപകനായിരുന്നിട്ടുണ്ട്.

തൃപ്പടിദാനം മുതൽ ക്ഷേത്ര പ്രവേശനം വരെ, തിരുവിതാംകൂർ ചരിത്രത്തിലെ ചില ഏടുകൾ, കേരളത്തിലെ അവർണ്ണ രാജാക്കന്മാർ (ചരിത്രം), *ചരിത്രകൗതുകം* (കൗതുകകരമായ ചരിത്ര സംഭവങ്ങൾ), *അങ്ങനെ അവൻ കമ്യൂണിസ്റ്റായി, പ്രണയനിലാവിൽ, യയാതീയം* (നോവൽ), *പുരാണകഥയിലെ കാമിനികൾ* (പുരാണ കഥകൾ), *പത്ത് ഇതിഹാസ നായകന്മാർ* (ഇതിഹാസനായകന്മാരെപ്പറ്റിയുള്ള പഠനം), *സ്ത്രീ മനസ്സും ശരീരവും* (പഠനം), *സോളമന്റെ പ്രണയവും യൂദാസിന്റെ മനസ്സും, ഭൗതികവാദിയായ ക്രിസ്തു, ചിന്താമലരുകൾ,* (ലേഖന സമാഹാരം), *ലിപി പരിണാമം മുതൽ കാലമാനം വരെ* (വൈജ്ഞാനിക സാഹിത്യം), *ബൊളീവിയൻ ഡയറി, കേരള സംസ്ഥാന ആർക്കൈവ്സിന് ഒരു മുഖവുര* (പരിഭാഷ), *A guide to the records of the Central Archives, TVPM* (Hisotoric Notes compiled in official capacity)

വിലാസം : ഭാരതശ്രീ
ടി സി 18/1745
പ്ലാവിള, തിരുമല പി ഒ
തിരുവനന്തപുരം

ഫോൺ : 0471 2357613
9995229870

ഉള്ളടക്കം

പ്രസാധകക്കുറിപ്പ്

ആര്യന്മാരുടെ അധിനിവേശത്തിനുമുൻപ് കേരളത്തിലെ ജനങ്ങൾ പറയർ, കുറവർ, മണ്ണാൻ, നാടാർ തുടങ്ങിയ ദ്രാവിഡ ജനവിഭാഗങ്ങളായിരുന്നു. ദ്രാവിഡ രാജാക്കന്മാർ തന്നെയായിരുന്നു അവരെ ഭരിച്ചിരുന്നതും. ഗ്രീസ്, റോം, ചൈന മുതലായ രാജ്യങ്ങളുമായും ഈ രാജാക്കന്മാർ വാണിജ്യബന്ധം സ്ഥാപിച്ചിരുന്നു. എന്നാൽ ആര്യവല്ക്കരണത്തോടെ സ്ഥിതിഗതികൾ മാറുകയും ചരിത്രവും ചരിത്രപുരുഷന്മാരും തമസ്കരിക്കപ്പെടുകയും ചെയ്തു.

മാർത്താണ്ഡവർമ്മ മഹാരാജാവിന്റെ അധികാരാവരോഹണങ്ങളും ആര്യവല്ക്കരണത്തിന്റെ പിന്നാമ്പുറങ്ങളും പരിശോധിക്കുകയാണ് *വേണാടിന്റെ ആര്യവല്ക്കരണവും മാർത്താണ്ഡവർമ്മയും* എന്ന ഈ ഗ്രന്ഥത്തിലൂടെ ഗ്രന്ഥകാരനായ ഡി ദയാനന്ദൻ.

ദയാനന്ദന്റെ ഈ പൈതൃക പഠനം ഈ മേഖലയിലെ പഠനങ്ങളെ ത്വരിതപ്പെടുത്തും എന്ന പ്രതീക്ഷയോടെ.

ചിന്ത പബ്ലിഷേഴ്സ്

മുഖക്കുറിപ്പ്

ആര്യാധിനിവേശത്തിനുമുമ്പ് കേരളത്തിലെ ജനങ്ങൾ പുലയർ, പറയർ, കുറവർ, മണ്ണാന്മാർ, നാടാന്മാർ തുടങ്ങിയ ദ്രാവിഡരിൽപ്പെട്ട ജനവിഭാഗങ്ങളായിരുന്നു. അവർക്കിടയിൽ നാടുവാഴികളായി ഉണ്ടായിരുന്നതും ദ്രാവിഡരായ രാജാക്കന്മാർ തന്നെയാണ്. സമത്വസുന്ദരമായ ഒരു ജീവിതരീതിയാണ് ഈ ദ്രാവിഡ രാജാക്കന്മാരുടെ ഭരണത്തിൻ കീഴിൽ കേരളത്തിൽ ഉണ്ടായിരുന്നത്. അന്ന് രാജാക്കന്മാരും പ്രജകളും തമ്മിൽ കാര്യമായ അകൽച്ച ഉണ്ടായിരുന്നില്ല. ജനങ്ങളിലെ പല വിഭാഗങ്ങൾ തമ്മിലും അകൽച്ചയൊന്നും ഉണ്ടായിരുന്നില്ല. അതാണ് മഹാബലിയെക്കുറിച്ചുള്ള കഥയിൽ നാം കാണുന്നതും.

"മാവേലി നാടുവാണീടുംകാലം
മാനുഷരെല്ലാരുമൊന്നുപോലെ."

അതെ, മനുഷ്യരെല്ലാം ഒന്നുപോലെയായിരുന്നു. വലിപ്പച്ചെറുപ്പം ഉണ്ടായിരുന്നില്ല. ആര്യവല്ക്കരണത്തിനുമുമ്പുള്ള കേരളീയ രാജാക്കന്മാരുടെ പ്രതിപുരുഷനാണ് മഹാബലി; ആര്യവല്ക്കരണത്തിന്റെ പ്രതീകം വാമനനും. ഇന്നത്തെ ഭാഷയിൽ പറഞ്ഞാൽ അവർണ്ണരാജാക്കന്മാരായിരുന്നു കേരളത്തിൽ ഭരണം നടത്തിയിരുന്നത്. അന്ന് സ്ത്രീകൾക്ക് സമൂഹത്തിൽ ഉയർന്ന സ്ഥാനമാണ് ഉണ്ടായിരുന്നത്. വിദ്യാഭ്യാസം ഉൾപ്പെടെ എല്ലാ സാമൂഹിക സ്വാതന്ത്ര്യങ്ങളും സ്ത്രീകൾ അനുഭവിച്ചിരുന്നു. സ്ത്രീവിദ്യാഭ്യാസം ഉണ്ടായിരുന്നതുകൊണ്ട് സ്ത്രീകളിൽ സർഗ്ഗശക്തിയുള്ളവർ കവികളും കലാകാരികളുമായി. എ ഡി 500 നടുത്തു ജീവിച്ചിരുന്ന ഔവ്വയാർ എന്ന കവി സ്ത്രീയായിരുന്നു.

ഗ്രീസ്, റോം എന്നീ രാജ്യങ്ങൾക്കു പുറമെ ചൈനയുമായിട്ടുപോലും

ഈ അവർണ്ണ രാജാക്കന്മാർ വാണിജ്യബന്ധം സ്ഥാപിച്ചിരുന്നു. വിദൂര രാജ്യങ്ങളിൽനിന്ന് സമ്പത്തു നേടാൻ കേരളത്തിലെ കപ്പലുകൾ കടലിൽ തിരക്കിട്ടു ഓടി നടന്നിരുന്നുവത്രേ. *പതിറ്റുപ്പത്തിലെ* ആറാം പത്തിൽ അതു പരാമർശിക്കുന്നുണ്ട്.

എന്നാൽ, ആര്യവല്ക്കരണത്തോടെ സ്ഥിതിഗതികളാകെ മാറി. സമൂഹത്തിന്റെ അത്യുന്നതങ്ങളിൽ വിരാജിച്ചിരുന്ന മണ്ണിന്റെ മക്കൾ അഭയാർത്ഥികളായി മാറി. നാടുവാഴികൾ ക്ഷത്രിയരായി ഉയർത്തപ്പെടുകയും പുതിയ ഒരു വരേണ്യവർഗ്ഗം ഉണ്ടാവുകയും ചെയ്തു.

പില്ക്കാല ചരിത്രകാരന്മാർ ചരിത്രത്തെ വളച്ചൊടിക്കുന്നതിലും ചരിത്രപുരുഷന്മാരെ തമസ്കരിക്കുന്നതിലും തമ്മിൽത്തമ്മിൽ മത്സരിച്ചു. അതിന്റെ ഫലമായി ആധുനിക തിരുവിതാംകൂറിന്റെ സ്രഷ്ടാവായ മാർത്താണ്ഡവർമ്മ മഹാരാജാവിനെ അധികാരത്തിലേറ്റുന്നതിനു മുഖ്യ പങ്കുവഹിച്ച അനന്തപത്മനാഭനും അയാളുടെ സഹായിയായി പ്രവർത്തിച്ച ഓട്ടനെന്ന മുണ്ടനും തമസ്കരിക്കപ്പെട്ടു. ചരിത്രകാരന്മാർ അറിയാത്തതുകൊണ്ടോ തെളിവുകളില്ലാത്തതുകൊണ്ടോ അല്ലിത്. ഇന്നത്തെ മാർത്താണ്ഡം - തക്കല റോഡിന്റെ (കന്യാകുമാരി ജില്ല, തമിഴ്നാട്) പടിഞ്ഞാറുഭാഗത്തു വയലേലകൾക്ക് പിന്നിൽ തലയുയർത്തിനിന്ന പള്ളിമേട വീടെന്ന ഒരു തറവാടുണ്ടായിരുന്നു. ആ വീട്ടിലെ കാരണവരായിരുന്ന താണുമലയപ്പെരുമാളിന്റെ മകനായിരുന്നു മാർത്താണ്ഡവർമ്മ മഹാരാജാവിന്റെ വലിയ പടത്തലവനായിരുന്ന അനന്തപത്മനാഭൻ നാടാർ. മേല്പറഞ്ഞ തറവാട്ട് വളപ്പിൽ അനന്തന്റെ ശവകുടീരം ഇന്നും കാണാവുന്നതാണ്. അതിൽ ഇപ്രകാരം ആലേഖനം ചെയ്തിരിക്കുന്നു.

"സേരകുല അയ്യൻ തിരുവടികൾ പരമ്പര ശ്രീ വീരതാണു അനന്തപത്മനാഭൻ നാടാർ വേണാട്ടിൽ മുതൽമൈ സേനാപതി. ശ്രീവീര വീരരവി ബാലമാർത്താണ്ഡവർമ്മാവിൻ അന്തരംഗം ആലോചകൻ."

ഈ അയ്യനടികൾ തിരുവടികൾ വേണാട്ടിലെ അറിയപ്പെടുന്ന ആദ്യത്തെ രാജാവാണ്. അയ്യനടികൾ തിരുവടികളുടെ പിന്മുറക്കാരനാണ് അനന്തപത്മനാഭനെന്നു മനസ്സിലാക്കാൻ വേറെ എന്തു തെളിവാണു വേണ്ടത്?

അതുപോലെ മുണ്ടന്റെ സ്മാരകവും ഇന്നും ഒരു കേടും കൂടാതെ നില്ക്കുന്നു.

മാത്രമല്ല മാർത്താണ്ഡവർമ്മ മഹാരാജാവ് അനന്തനു ഭൂമി നല്കിയ കാര്യം പറയുന്ന ചെമ്പു പട്ടയത്തിൽ "നീ നമ്മുടെ ഉറ്റപെന്തു (ബന്ധു)വും വലങ്കൈയുമായി നിന്ന് .." എന്നു പറയുന്നുണ്ട്. ചരിത്രകാരന്മാർ അതും കണ്ടമട്ടില്ല. അതുകൊണ്ട് ചില കാര്യങ്ങൾ കുറിക്കാമെന്നു കരുതിയതിന്റെ ഫലമാണ് ഈ ഗ്രന്ഥം.

ഡി ദയാനന്ദൻ

വേണാടിന്റെ ആര്യവല്ക്കരണം

ചരിത്രരേഖകളിലൂടെ അല്പമെങ്കിലും നമുക്കറിയാവുന്ന വേണാട്ടിലെ ആദ്യത്തെ ഭരണാധികാരി അയ്യനടികൾ തിരുവടികളാണെന്ന കാര്യത്തിൽ ചരിത്രകാരന്മാരെല്ലാം ഏകാഭിപ്രായക്കാരാണ്. എ ഡി 849 ൽ കൊല്ലത്തെ തരിസാപ്പള്ളിക്ക് എഴുതിക്കൊടുത്ത ചേപ്പേടുകൾകൊണ്ട് കേരളചരിത്രത്തിൽ ചിര പ്രതിഷ്ഠ നേടിയ വ്യക്തിയാണദ്ദേഹം. അക്കാലത്ത് കൊല്ലത്തിനും തിരുവനന്തപുരത്തിനും ഇടയ്ക്ക് സ്ഥിതി ചെയ്തിരുന്ന ഒരു ചെറുകിട നാട്ടുരാജ്യമായിരുന്നു വേണാട്. അത് ചേരസാമ്രാജ്യത്തിന്റെ തെക്കേയറ്റത്തെ നാടും അവിടത്തെ നാടുവാഴി മഹോദയപുരത്തെ കുലശേഖര പെരുമാളിന്റെ സാമന്തനും ആയിരുന്നു. സ്ഥാണുരവിവർമ്മ കുലശേഖരന്റെ അഞ്ചാം ഭരണവർഷത്തിലാണ് അയ്യനടികൾ ഈ കരണം ചമച്ചത്. അഞ്ചുവണ്ണം, മണിഗ്രാമം എന്നീ സംഘടനാ പ്രതിനിധികളുടെയും ഉദ്യോഗസ്ഥന്മാരുടെയും സാന്നിദ്ധ്യത്തിലാണ് അതു ചെയ്തത്. ശാസനത്തിലെ വിവരങ്ങൾ വച്ചു നോക്കുമ്പോൾ സാമാന്യം നല്ല ഒരു ഭരണസംവിധാനമാണ് അന്ന് വേണാട്ടിൽ നിലനിന്നിരുന്നതെന്നു കാണാം.

കുരക്കേണികൊല്ലത്ത് എശോദാ തപീർ നിർമ്മിച്ച തരിസാപ്പള്ളിക്ക് ചില അവകാശങ്ങൾ കൊടുക്കുന്നതും തരിസാപ്പള്ളിക്ക് കരമൊഴിവായി വിട്ടുകൊടുത്ത ഭൂമിയിൽ സർവ്വസ്വാതന്ത്ര്യവും അനുവദിക്കുന്നതും കരം നിശ്ചയിച്ച് ചില ചുങ്കങ്ങൾ ഇളവു ചെയ്യുന്നതും പ്രത്യേകമായ ചില അവകാശങ്ങൾ അനുവദിച്ചുകൊടുക്കുന്നതും അതിൽ പറയുന്നുണ്ട്. ഈഴവരെക്കുറിച്ച് പരാമർശമുള്ള ആദ്യ ശാസനവും ഇതു തന്നെയാണ്. ആരാണ് ഈ ഈഴവർ? 'ചാന്റോർ' (ഷാന്റോർ) എന്ന പേരിൽ അറിയപ്പെട്ടിരുന്ന ഒരു ജനവിഭാഗമാണ് രണ്ടായി പിരിഞ്ഞ് നാടാരും ഈഴവരും ആയി മാറിയതെന്നു എഡ്ഗർ തെഴ്സ്റ്റൺ തന്റെ *Ethnographic notes in south India Madras* എന്ന ഗ്രന്ഥത്തിൽ രേഖപ്പെടുത്തിയിരിക്കുന്നു. നാടിനെ ആളിയവരാണ് നാടാർ. 'ആളുക'യെന്നാൽ ഭരിക്കുകയെന്നാണർത്ഥം. നേരത്തെ സൂചിപ്പിച്ച 'ചാന്റോർ' എന്ന വാക്കിന് മാന്യൻ യോദ്ധാവ് എന്നൊക്കെയാണ് അർത്ഥം. ചാന്റോർ പിന്നീട് ചാന്നാനായി മാറി. ഈ ചാന്റോർ വർഗ്ഗം പ്രാചീന കാലം മുതൽതന്നെ രാജ്യത്തിന്റെ നാനാഭാഗങ്ങളിൽ ഭരണകർത്താക്കളായി വിരാജിച്ചിരുന്നുവെന്നും നാടാർ എന്നോ 'നാടാഴ്വാർ' എന്നോ വിളിക്കപ്പെടുന്നതുകൊണ്ട് മാത്രമല്ല, അവർ ആചരിച്ചു പോരുന്ന ഏറെ തനിമയും പ്രത്യേകതകളുമുള്ള ആചാരാനുഷ്ഠാനങ്ങളും മറ്റു സവിശേഷതകളുമാണ് അവർ മുൻകാലങ്ങളിലെ ഭരണവർഗ്ഗമായിരുന്നതെന്ന വസ്തുതയ്ക്ക് അടിസ്ഥാനമാകുന്നതെന്നും ട്രാവൻകൂർ സ്റ്റേറ്റ് മാന്വൻ കർത്താവായ നാഗം അയ്യ തന്റെ ഗ്രന്ഥത്തിൽ രേഖപ്പെടുത്തിയിരിക്കുന്നു.

"The fact of this having been a ruling class at one time is before not only by such expression as Nadar or Nadalvar, but also by numerous customs which are peculiar to them and by other circumstances."

എട്ടുവീട്ടു നാടാക്കൾ എന്നപേരിൽ എട്ടു നാടാർ കുടുംബങ്ങൾ ഉണ്ടായിരുന്നതായും തൊട്ടടുത്ത ഖണ്ഡികയിൽ ശ്രീ നാഗം അയ്യ രേഖപ്പെടുത്തിയിട്ടുണ്ട്. (There are eight families to this day known as Ettuveetu Nadakkal) അന്നു എട്ടുവീട്ടിൽ പിള്ളമാർ രൂപപ്പെട്ടിരുന്നില്ല.

ശ്രീ നാഗം അയ്യ ഈ സമുദായത്തെ 'ഷാന്റോർ' എന്നാണു പറഞ്ഞിരിക്കുന്നതെങ്കിലും ശ്രീ. ടി കെ വേലുപ്പിള്ളയുടെ ട്രാവൻകൂർ സ്റ്റേറ്റ് മാന്വലിൽ (1935) ചാന്റോർ ആണ് ശരിയായ രൂപമെന്നു രേഖപ്പെടുത്തിയിട്ടുണ്ട്. ഈ ചാന്റോർ (ചാന്നാൻ) സമുദായത്തിന് അനേകം കുലനാമങ്ങൾ ഉണ്ടായിരുന്നു 1901 ൽ പ്രസിദ്ധീകരിച്ച ഇന്ത്യയുടെ സെൻസസ് റിപ്പോർട്ടിൽ (വാല്യം 36, പാർട്ട് 1, പുറം 376) ചാന്നാർ സമുദായത്തിനു മുപ്പത്തി ഒമ്പതു ഉപവിഭാഗങ്ങൾ ഉണ്ടെന്നു പറഞ്ഞിട്ടുണ്ട്. അതിൽത്തന്നെ പ്രധാനപ്പെട്ടതായി ഒമ്പതു വിഭാഗങ്ങളാണ് ഉണ്ടായിരുന്നത്. അതിലൊന്നാണ് തൃപ്പാപ്പൂർ. ഈ തൃപ്പാപ്പൂർ വംശമാണ് വേണാട് ഭരിച്ചിരുന്ന രാജപരമ്പര. മേല്പറഞ്ഞ ഒൻപതു വിഭാഗങ്ങളുടെയും പേരുകൾ ഇനി പറയുന്നവയാണ്.

1. ഇടനാട് (Itanatu)
2. ഇല്ലം (Illam)
3. കണ (Kana)
4. കരുക്കുമാട്ടൈ (Karukkumattai)
5. കാവറ (Kavara)
6. കിരിയം (Kiriyam)
7. നാടാർ (Nadar)
8. മുത്ത (Muttha)
9. തൃപ്പാപ്പൂർ (Thrippappur)

നമുക്ക് തരിസാപ്പള്ളി ശാസനത്തിലേക്കു മടങ്ങാം. സപീർ ഈശോ കുരക്കേണി കൊല്ലത്ത് ഒരു പള്ളിയും (തരിസാപ്പള്ളി) 'നകര'വും (വാണിജ്യസങ്കേതം) നിർമ്മിച്ചതായും വേണാട് ഭരിച്ചിരുന്ന അയ്യനടികൾ തിരുവടികൾ തൊഴിലാളികൾ ഉൾപ്പെടെയുള്ള ഒരു പ്രദേശവും ധാരാളം അവകാശാധികാരങ്ങളും ആ പള്ളിക്കും നഗരത്തിനും ചാർത്തികൊടുത്തതായും ആ ശാസനത്തിൽ രേഖപ്പെടുത്തിയിട്ടുണ്ട്.

മാമ്പള്ളിപ്പട്ടയവുമായി ബന്ധപ്പെട്ട ശ്രീ വല്ലഭൻ കോതയാണ് അടുത്ത വേണാട്ട് രാജാവ്. എ ഡി 974 ൽ ആണ് (കൊ വ 149) മാമ്പള്ളി ശാസനം ചമച്ചിരിക്കുന്നത്. ഒരു വ്യക്തി ഒട്ടേറെ ചാന്റോർമാരുടെ സാന്നിദ്ധ്യത്തിൽ ചെങ്ങന്നൂർ ക്ഷേത്രത്തിലേക്ക് കുറെ ഭൂമി ദാനം ചെയ്യുന്നതാണ് പട്ടയത്തിന്റെ ഉള്ളടക്കം. ദാനം ചെയ്ത സമയത്ത് നാടുവാഴിയെന്ന നിലയിൽ ശ്രീ വല്ലഭൻ കോതയും സന്നിഹിതനായിരുന്നു. ശ്രീ വല്ലഭൻ കോതയെ പിന്തുടർന്ന് ഗോവർദ്ധന മാർത്താണ്ഡൻ രാജാവായി. പത്താം ശതകത്തിന്റെ അന്ത്യപാദത്തിൽ അധികാരത്തിൽ വന്ന ഗോവർദ്ധന മാർത്താണ്ഡന്റെ ഭരണകാലം പതിനൊന്നാം ശതകത്തിന്റെ ആരംഭത്തോടെ അവസാനിച്ചു. തുടർന്ന് 1096 വരെയുള്ള വേണാടിന്റെ ചരിത്രം അജ്ഞാതമാണ്. എന്നാൽ ഒരു കാര്യം വ്യക്തം. കേരളത്തിന്റെ മറ്റു ഭാഗങ്ങളിൽ നടപ്പാക്കിക്കൊണ്ടിരുന്ന ആര്യവല്ക്കരണം പതിനൊന്നാം നൂറ്റാണ്ടിൽ വേണാട്ടിലും നടന്നു. ഗോവർദ്ധന മാർത്താണ്ഡനുശേഷം രാമവർമ്മ കുലശേഖരനുമുമ്പുള്ള ഒരു അന്തരാളഘട്ടത്തിലാണ് വേണാട്ടിലും ആര്യാധിപത്യം ഉറപ്പിക്കുന്നതിനുള്ള ശ്രമങ്ങൾ നടന്നത്. ആ ശ്രമം രാമവർമ്മ കുലശേഖരനെന്ന 'ക്ഷത്രിയ'രാജാവിന്റെ കിരീടധാരണത്തിൽ കലാശിച്ചു. അന്നു വേണാട് ഭരിച്ചിരുന്നതും അയ്യനടികൾ തിരുവടികളുടെ വംശപാരമ്പര്യത്തിൽ പെട്ടതുമായ ഒരു ദ്രാവിഡ നാടുവാഴിയായിരുന്നു രാമവർമ്മയെന്ന ക്ഷത്രിയരാജാവായി ഉയർത്തപ്പെട്ടത്. (രാമവർമ്മ കുലശേഖരൻ) ദ്രാവിഡനിൽനിന്ന് ക്ഷത്രിയത്വത്തിലേക്കുള്ള 'പ്രൊമോഷൻ' കൊടുത്ത ബ്രാഹ്മണ പൗരോഹിത്യമാണ് അദ്ദേഹത്തിന്റെ പേരിനോടൊപ്പം 'വർമ്മ' യെന്നുകൂടി ചേർത്തത്. എന്തിനാണ് അങ്ങനെ ചെയ്തത്? അതറിയണമെങ്കിൽ ആര്യസംസ്കാരത്തിലെ 'പേരിടൽ' കർമ്മത്തെപ്പറ്റി മനസ്സിലാക്കണം. ചാതുർവർണ്യവിധി പ്രകാരം മനുഷ്യർക്കു പേരിടുമ്പോൾ ബ്രാഹ്മണനു 'ശർമ്മ'യെന്നും ക്ഷത്രിയനു 'വർമ്മ'യെന്നും വൈശ്യനു ഗുപ്തനെന്നും ശൂദ്രന് ദാസനെന്നും പേരിനോടൊപ്പം ചേർക്കണമെന്ന വ്യവസ്ഥയുണ്ട്. ആ വ്യവസ്ഥയനുസരിച്ചാണ് പൂർവ്വകാലത്തെ പേര് വെളിപ്പെട്ടിട്ടില്ലാത്ത ആ രാജാവ് രാമവർമ്മയായത്. അതിനുശേഷം അദ്ദേഹത്തിന്റെ പിന്മുറക്കാരെല്ലാം പേരിനൊപ്പം വർമ്മയെന്നു കൂട്ടിച്ചേർത്ത് ക്ഷത്രിയരായിത്തന്നെ അറിയപ്പെട്ടു. രാമവർമ്മ കുലശേഖരന് മുമ്പുള്ള ഒരു വേണാട്ടുരാജാവിന്റെ പേരിലും 'വർമ്മ' കൂടെയില്ല. അയ്യനടികൾ, ശ്രീവല്ലഭൻ കോത, ഗോവർദ്ധന മാർത്താണ്ഡൻ തുടങ്ങിയ പേരുകളിലൊന്നും വർമ്മയില്ല. ഗോവർദ്ധന

മാർത്താണ്ഡന്റെ തന്നെ പേര് അന്നത്തെ രീതിയനുസരിച്ച് 'കോവർത്തന മാർത്താണ്ടനെ'ന്നാണ്. കാരണം അന്നത്തെ കേരള ഭാഷയിൽ 'ഗ'യ്ക്കു പകരം 'ക' യാണ് ഉപയോഗിച്ചിരുന്നത്. അതുപോലെ 'ണ്ഡ'യ്ക്കുപകരം 'ണ്ട'യും. വർഗ്ഗാക്ഷരങ്ങളിലെ അതിഖരമൃദുഘോഷങ്ങളൊന്നും അന്നത്തെ കേരളഭാഷയിൽ ഉണ്ടായിരുന്നില്ല. മനുഷ്യരെന്നപോലെ മനുഷ്യരുടെ പേരുകളും ദ്രാവിഡം തന്നെയായിരുന്നു. കോവർത്തനമാർത്താണ്ടന്റെ കാലത്തോളം വേണാട്ടിൽ ആര്യവല്ക്കരണം നടന്നു കഴിഞ്ഞിരുന്നില്ല. ആര്യാധിനിവേശത്തിനുമുമ്പ് കേരളത്തിൽ അധിവസിച്ചിരുന്ന ജനങ്ങൾ കുറവർ, മണ്ണാന്മാർ, ചാന്റോർ (നാടാർ) തുടങ്ങിയ ദ്രാവിഡരായിരുന്നു. ഇവരിൽ പുലയരും പറയരും കുറവരും നാടാരും നാടുഭരിച്ചിരുന്നു. മലബാറിലെ ഏഴിമല ആസ്ഥാനമാക്കി നാടുഭരിച്ചിരുന്നവർ പുലയരായിരുന്നു. നന്നൻ എന്ന രാജാവായിരുന്നു അവരിൽ പ്രശസ്തൻ. ചൈനയിലേക്ക് അംബാസഡറെ അയക്കാൻപോലും പ്രഗത്ഭനായ വേട രാജാവ് വാണിരുന്നത് ഈ കേരളക്കരയിലാണ്. രണ്ടായിരം വർഷം മുമ്പായിരുന്നു അതെന്നു കൂടി ഓർക്കണം. കാൽക്കരൈനാട് എന്നറിയപ്പെട്ടിരുന്ന തൃക്കാക്കര ഉൾപ്പെടെയുള്ള പ്രദേശങ്ങൾ ഭരിച്ചിരുന്നത് പറയരാജാക്കന്മാരായിരുന്നു. കണ്ണൻ കുമരൻ ആയിരുന്നു കാൽക്കരൈനാട്ടിലെ ആദ്യത്തെ പറയ രാജാവ്. അദ്ദേഹത്തെ പിന്തുടർന്ന് പോഴൻ കുമരൻ, എക്കൻകുന്റ പോഴൻ പുറൈയൻ ചാത്തൻ പോഴൻ ഇരവി എന്നിവർ നാടു ഭരിച്ചു (10, 11 ശതകങ്ങൾ).

നാഞ്ചിനാട് ഭരിക്കാൻ കുറവരാജാക്കന്മാർ ഉണ്ടായിരുന്നു. നാഞ്ചിക്കുറവൻ ഭരിച്ചിരുന്നതുകൊണ്ടാണ് ആ നാടിന് നാഞ്ചിനാടെന്നു പേരു ലഭിച്ചത്. കെ നാങ്കിക്കുറവൻ, ബൊമ്മയ്യക്കുറവൻ, നാഞ്ചിക്കുറവൻ എന്നിവരായിരുന്നു നാഞ്ചിനാടു ഭരിച്ചിരുന്ന കുറവ രാജാക്കന്മാർ (11-ാം ശതകം) എന്തിന്? ആധുനിക കാലത്തുപോലും പുലയനാർക്കോട്ട വാണരുളിയ പുലയരാജാവ് ഉണ്ടായിരുന്നില്ലേ? അയ്യൻ കോതൻ എന്നായിരുന്നു അദ്ദേഹത്തിന്റെ പേര്. അദ്ദേഹത്തിനു 'ചിത്തിര' എന്ന പേരായ ഒരു മകളും കണ്ണമാല എന്ന പേരായ സഹോദരിയും ഉണ്ടായിരുന്നു. ആ കണ്ണമാല താമസിച്ചിരുന്ന സ്ഥലമാണ് പിന്നീട് കണ്ണമ്മൂലയായത്. ആ സ്ഥലം ഇന്നും ആ പേരിൽത്തന്നെ അറിയപ്പെടുന്നു. അയ്യൻകോതന്റെ മറ്റൊരു സഹോദരിയായിരുന്നു നെടുമങ്ങാട് ഭരിച്ചിരുന്ന കോതറാണി.

പതിനേഴാം നൂറ്റാണ്ടിലാണ് അയ്യൻ കോതനും കോതറാണിയും ഭരണം നടത്തിയിരുന്നത്. അക്കാലത്ത് ചാതുർവർണ്യം സമൂഹത്തിൽ പിടി മുറുക്കിക്കഴിഞ്ഞിരുന്നു. അതിനകം സവർണ്ണരായി മാറിക്കഴിഞ്ഞ പ്രജകളിൽ ഒരു വിഭാഗം അയ്യൻ കോതനോടും കോതറാണിയോടും ശത്രുതാമനോഭാവത്തിൽ പെരുമാറുകയും അവസരം കിട്ടിയപ്പോൾ അവരെ കീഴ്മേൽ മറിക്കുകയും ചെയ്തു.

നന്നന്റെ കാലം കഴിഞ്ഞതോടെ ചേരന്മാർ ഏഴിമല കൈവശപ്പെടുത്തി. കാൽക്കരൈനാട്ടിൽ പറയ രാജാക്കന്മാരെ പരാജയപ്പെടുത്തിയിട്ട്

ആര്യ ബ്രാഹ്മണർ ഇടപ്പള്ളി സ്വരൂപമുണ്ടാക്കി. എ ഡി 1121 ൽ നാഞ്ചിക്കുറവൻ കൊല്ലപ്പെട്ടതോടെ നാഞ്ചിനാട്ടിലെ കുറവ ഭരണവും അവസാനിച്ചു.

ആധുനിക കേരള ചരിത്രകാരന്മാരിൽ പ്രമുഖനായ പ്രൊഫ. ഇളംകുളം കുഞ്ഞൻപിള്ള ചേരരാജാക്കന്മാർ നാടാന്മാരായിരുന്നുവെന്നു രേഖപ്പെടുത്തിയിരിക്കുന്നു. ചേരന്മാരുടെയും നാടാന്മാരുടെയും ക്ഷുരകർ 'കാവതികൾ' എന്ന വർഗ്ഗമായതും ചേരന്മാരുടെ പതാകയിൽ വില്ലുവരുടെ വില്ലിനെയും പനമരത്തിന്റെ പൂവിനെയും അടയാളപ്പെടുത്തിയിരിക്കുന്നതുമാണ് തന്റെ നിഗമനത്തിന്റെ പ്രധാന തെളിവായി ഇളംകുളം ചൂണ്ടിക്കാട്ടുന്നത്.

ഇദ്ദേഹത്തിന്റെ വാക്കുകൾ ഇങ്ങനെയാണ്.: "I Regard Chera Kings as Billavars or Nadars" (*Studies in Kerala History*)" ബില്ലവൻ എന്നത് നാടാരുടെ മറ്റൊരു പേരാണ്. അവർ 'ചാന്നാൻ' (ചാന്റോർ) എന്നും അറിയപ്പെട്ടിരുന്നു. ചാന്റോർവർഗ്ഗം ദക്ഷിണേന്ത്യയിൽ അനേക രാജസ്ഥാനങ്ങൾ സ്ഥാപിച്ചിരുന്നുവെന്ന കാര്യം ശ്രീ. നാഗംഅയ്യ *ട്രാവൻകൂർ സ്റ്റേറ്റ് മാമ്വലിൽ* രേഖപ്പെടുത്തിയിട്ടുള്ള കാര്യം നേരത്തെ സൂചിപ്പിച്ചു. എന്നാൽ മേല്പറഞ്ഞ സമുദായങ്ങളിൽപ്പെട്ട വിദ്യാവിഹീനരും വൃത്തിഹീനരുമായ ചിലരെ നോക്കി "ഇവരാണോ നാട് ഭരിച്ചിരുന്നത്" എന്നു പറഞ്ഞ് മൂക്കത്തുവിരൽ വച്ചു നിന്നുപോയ വിവരദോഷികളെ നോക്കി ഇളംകുളം പറഞ്ഞു. "പുലയരുടെയും മറ്റും സാമൂഹിക സ്ഥിതി മോശമായതിന്റെ ഫലമായി പതിത്തവും വൃത്തിഹീനതയും വന്നിരിക്കണം." അതെ അതാണ് സംഭവിച്ചത്. ആര്യവല്ക്കരണം തദ്ദേശവാസികളെ എല്ലാ അർത്ഥത്തിലും നശിപ്പിച്ചുകളഞ്ഞു. എന്നുപറഞ്ഞാൽ മാന്യമായി വസ്ത്രം ധരിക്കാനോ വഴി നടക്കാനോപോലും അനുവദിച്ചില്ല. അക്ഷരലോകം അവരുടെ മുന്നിൽ കൊട്ടിയടയ്ക്കപ്പെട്ടു. സ്വന്തം മണ്ണിൽ അന്യനെപ്പോലെയും അവശതയോടെയും നില്ക്കേണ്ടി വന്നവരാണ് ഇന്നത്തെ പട്ടിക ജാതി-പട്ടിക വർഗ്ഗ- പിന്നാക്ക വിഭാഗങ്ങൾ. യഥാർത്ഥജനത പാർശ്വവല്ക്കരിക്കപ്പെട്ടുവെന്നതാണ് ആര്യവല്ക്കരണത്തിന്റെ തിക്തമായ വശം. ഒരു ജനതതിയുടെ തനതു സംസ്കാരത്തെ വികൃതമാക്കി, ചിമിഴിലൊതുക്കിയ ക്രൂരതയുടെ ചരിത്രമാണ് ആര്യവല്ക്കരണം. മഹായുദ്ധങ്ങളിലൂടെ ലോകരാഷ്ട്രങ്ങൾ ഛിന്നഭിന്നമാകുന്നതുപോലെ വൈദേശിക സംസ്കാരങ്ങളുടെ കടന്നുകയറ്റത്തിൽ നാടിന്റെ തനതു സംസ്കാരത്തെ മ്ലേച്ഛമാക്കിത്തീർക്കുകയായിരുന്നു ആര്യവല്ക്കരണം നടന്നു കഴിഞ്ഞിട്ടും പുലയനാർക്കോട്ടയിലും കോതമംഗലത്തും പുലയ ഭരണം തുടർന്നിരുന്നു.

സമാധാനത്തിന്റെ നയോപായങ്ങൾകൊണ്ടാണ് ആര്യവല്ക്കരണം സാധിച്ചത്. കൗശലവും വഞ്ചനയും അതിനു മേമ്പൊടിയായിട്ടുണ്ടായിരുന്നു. എ ഡി എട്ടാം ശതകത്തിന്റെ ആദ്യവർഷങ്ങളിലാണ് തുളുനാട്ടിൽ നിന്ന് കടൽത്തീരം വഴി ആര്യബ്രാഹ്മണർ കേരളത്തിൽ വന്നതെന്നു

മലബാർ മാന്വൽ കർത്താവായ ലോഗൻ അഭിപ്രായപ്പെടുന്നു. ശ്രീ എ ശ്രീധരമേനോൻ തന്റെ *കേരളചരിത്ര*മെന്ന പുസ്തകത്തിൽ ഇപ്രകാരം പറഞ്ഞിരിക്കുന്നു.

> ലോഗൻ പറയുന്ന കാലഘട്ടത്തിൽ തെക്കൻ കർണ്ണാടക പ്രദേശത്തുനിന്നും കേരളത്തിലേക്ക് വലിയതോതിൽ ബ്രാഹ്മണൻ കുടിയേറിപ്പാർക്കുകയുണ്ടായെങ്കിലും എ ഡി എട്ടാം ശതകത്തിനു മുമ്പുള്ള കാലങ്ങളിൽ ബ്രാഹ്മണർ കേരളത്തിലേക്കു വന്നിരുന്നില്ല എന്ന അദ്ദേഹത്തിന്റെ വാദം അസാധുവാണ്.

ശ്രീ. ശ്രീധരമേനോന്റെ അടുത്ത വാക്കുകൾ ശ്രദ്ധിക്കുക.

> ബി സി 1000 ന് അടുത്തുതന്നെ ഡക്കാണിലും തെക്കേ ഇന്ത്യയിലും ആര്യാതിപ്രസരം ആരംഭിച്ചുകഴിഞ്ഞുവെന്നും ദാക്ഷിണാത്യ രാജ്യങ്ങളെക്കുറിച്ച് പരാമർശിക്കുന്ന വൈയാകരണനായ കാത്ത്യായനന്റെ കാലത്ത് (ബി സി നാലാം ശതകം) അതു ഒരു നിർണ്ണായകഘട്ടത്തിലെത്തിയെന്നുമാണ് പണ്ഡിതന്മാരുടെ പൊതുവായുള്ള അഭിപ്രായം.

ആ പൊതുവായുള്ള അഭിപ്രായം ആര്യാതിപ്രസരം ആരംഭിച്ചുകഴിഞ്ഞുവെന്നാണ്, ബ്രാഹ്മണർ എത്തിയിരുന്നെന്നല്ല, ഇതിന്റെ വിശദാംശങ്ങൾ അടുത്ത അദ്ധ്യായത്തിൽ കൊടുത്തിട്ടുണ്ട്. അതാണ് ബിഷപ്പ് കാൽഡ്വൽ ചൂണ്ടിക്കാണിച്ചത്. ബ്രാഹ്മണർ എട്ടാം ശതകത്തിൽ മാത്രമെ കേരളത്തിൽ എത്തിയുള്ളൂ. അതിനുമുമ്പ് ആര്യന്മാർ എത്തിയിരുന്നു. പക്ഷേ, അവർ ബ്രാഹ്മണരായ ആര്യന്മാർ ആയിരുന്നില്ല. എട്ടാം ശതകത്തിലെത്തിയ ബ്രാഹ്മണരും അതിനു മുമ്പെത്തിയ ആര്യന്മാരും (ശൂദ്രന്മാരും) കൂടിച്ചേർന്ന് തങ്ങൾ ബ്രാഹ്മണരെന്നു പ്രഖ്യാപിക്കുകയായിരുന്നു. അന്യനാട്ടിൽ അവർ ജാതി നോക്കിയില്ല. രണ്ടുകൂട്ടരും ആര്യന്മാരാണല്ലോ എന്നുമാത്രം കരുതി.

ആര്യാതിപ്രസരം മൂലം കേരള സമൂഹത്തിൽ ദൂരവ്യാപകമായ മാറ്റങ്ങളുണ്ടായി. ദക്ഷിണേന്ത്യയിൽ കടന്നുകൂടിയ ആര്യന്മാർ തങ്ങളുടെ നയോപായങ്ങൾ ഇവിടത്തെ ജനങ്ങളുടെയിടയിൽ പ്രചരിപ്പിച്ചു. ബിഷപ്പ് കാൽഡ്വലിന്റെ വാക്കുകൾ കേൾക്കുക.

> തെക്കൻ ദേശങ്ങളിൽ കുടിയുറപ്പിച്ച ആര്യന്മാർ ക്ഷത്രിയയോദ്ധാക്കൾ എന്നതിനേക്കാൾ പൊതുവെ ബ്രാഹ്മണപുരോഹിതന്മാരും വൈദികോപാദ്ധ്യായന്മാരുമായിരുന്നു. കേവലം ദ്രാവിഡനാടുവാഴികളായിരുന്നു പാണ്ഡ്യ-ചോള-കലിംഗ രാജാക്കന്മാരുടെയും മറ്റുള്ളവരുടെയും ആചാര്യന്മാരും ആദ്ധ്യാത്മ മാർഗ്ഗദർശികളും ആയിത്തീർന്ന അവർ ആ രാജാക്കന്മാരെ ആര്യ ബിരുദങ്ങൾ നല്കി ബഹുമാനിതരാക്കുകയും ചന്ദ്ര-സൂര്യാദിവംശങ്ങളിലെ പുരാതന

രാജാക്കന്മാരുടെ മഹത്വത്തെയും ധർമ്മാനുഷ്ഠാനങ്ങളെയും അനുകരിച്ച് അവർക്കൊപ്പമാകാൻ അനുശാസിക്കുകയും ചെയ്തു.

തനി കേരളീയരായ ജനങ്ങളിൽനിന്ന് അരചരെയും വണിജരെയും സൃഷ്ടിച്ചെടുത്തപ്പോൾ, ആ പുതിയ സമുദായക്കാർ തങ്ങളുടെ വർഗ്ഗത്തിൽപ്പെട്ട തങ്ങളുടേതിൽനിന്നു വ്യത്യസ്തമായ തൊഴിൽ ചെയ്തു ജീവിച്ചിരുന്ന സ്വന്തം ആളുകളെ താണവരായി കരുതി. തങ്ങളുടെ കുതന്ത്രങ്ങൾ സ്ഥാപിക്കാൻവേണ്ടി ബ്രാഹ്മണർ ആദ്യം ചെയ്തത് അരചരെയും വണിജരെയും സൃഷ്ടിക്കലാണ്. അത്രയുമായപ്പോൾ തങ്ങളാണ് സമൂഹത്തിൽ ഏറ്റവും ഉയർന്നവരെന്നും മറ്റു ജനവിഭാഗങ്ങളുടെയെല്ലാം സേവനം അർഹിക്കുന്നവരാണെന്നും വരുത്തിത്തീർക്കാൻ അവർക്ക് ബുദ്ധിമുട്ടുണ്ടായില്ല. രാജാക്കന്മാരും വണിക്കുകളും അതു സമ്മതിച്ചുകൊടുക്കുകയും ബ്രാഹ്മണ സംരക്ഷണം രാജാവിന്റെ മഹത്തായ ധർമ്മമായിത്തീരുകയും ചെയ്തു. അത്രയുമായപ്പോൾ നാടിന്റെ തനതുമക്കളായ ദ്രാവിഡ ജനതയ്ക്ക് എന്താണ് പറ്റിയത്? പാണർ, പറയർ, വേടർ, കുറവർ തുടങ്ങി നാടിന്റെ തനതു സംസ്കാരം ഉയർത്തിപ്പിടിച്ചവരും സമൂഹത്തിന്റെ അത്യുന്നത ശൃംഗങ്ങളിൽ വിരാജിച്ചിരുന്നവരുമായ ജനങ്ങൾ താണജാതിക്കാരായി മാറി. മാറിയെന്നു പറയുന്നതിനേക്കാൾ മാറ്റിയെന്നു പറയുന്നതാവും ശരി. അവരുടെ അദ്ധ്വാനത്തിന്റെ മഹത്ത്വം അംഗീകരിക്കപ്പെടാതായി. മുൻകാലങ്ങളിൽ രാജാക്കന്മാരുടെയും പ്രഭുക്കന്മാരുടെയും പ്രത്യേക ബഹുമതി നേടിയവരായിരുന്നു പാണന്മാർ. അവർ പുരോഹിതന്മാരായിരുന്നു. ബുദ്ധിപരമായ കഴിവുകൾകൊണ്ട് പ്രസിദ്ധരായിരുന്നവരും അതിനാൽത്തന്നെ സമ്പന്നരുമായിരുന്ന പാണന്മാരെ ബ്രാഹ്മണവർഗ്ഗം ഉൾക്കൊള്ളുകയും ബ്രാഹ്മണ്യത്തിലേക്ക് ഉയർത്തുകയും ചെയ്തപ്പോൾ അങ്ങനെയല്ലാതിരുന്ന ഭൂരിപക്ഷം ജനങ്ങളും കീഴാളന്മാരായി മാറി. അതായത് മണ്ണിന്റെ മക്കളായ ദ്രാവിഡ ജനതയെ മുച്ചൂടും നശിപ്പിച്ചിട്ട് വന്നുകയറിയ ആര്യ ബ്രാഹ്മണരും പുതിയ വരേണ്യവർഗ്ഗവും നാടിന്റെ ഗതിവിഗതികൾ നിയന്ത്രിക്കുന്നവരായി മാറി.

പ്രാചീനകാലത്തു പുലയ-പറയ രാജാക്കന്മാർ നാടുവാണിരുന്നതുപോലെ പില്ക്കാലത്തു വേണാട് ഭരിച്ചവരിൽ അറിയപ്പെടുന്ന ആദ്യത്തെ രാജാവാണ് അയ്യനടികൾ തിരുവടികൾ. അദ്ദേഹം നാടാർ വംശജനാണ്. നാടാർ സമുദായക്കാരാണ് 'അടികൾ' എന്ന തൊങ്ങൽ പേരിനോടൊപ്പം ചേർത്തിരുന്നത്. ഇപ്പോഴും അവരിൽപ്പെട്ട ചിലർ പേരിനൊടൊപ്പം 'അടികൾ' എന്നുകൂടി ചേർത്തുവരുന്നുണ്ട്. കന്യാകുമാരി ജില്ലയിലെ (തമിഴ്നാട്) സ്വാമിത്തോപ്പിൽ വൈകുണ്ഠസ്വാമികൾ സ്ഥാപിച്ച മഠത്തിന്റെ അധിപതികൾ കാലാകാലങ്ങളിൽ നാടാർ സമുദായക്കാരും പേരിനോടൊപ്പം അടികൾ എന്നു ചേർത്തിരുന്നവരുമാണ്. സ്വാമിത്തോപ്പിലെ ഇപ്പോഴത്തെ മഠാധിപതിയും ആ കീഴ്വഴക്കം പാലിക്കുന്നുണ്ട്. അദ്ദേഹത്തിന്റെ പേര് ശ്രീ ബാല പ്രജാപതി അടികൾ എന്നാണ്.

അയ്യനടികൾക്കുശേഷം വേണാട് ഭരിച്ചിരുന്ന ശ്രീ വലഭൻ കോതയും കോവർത്തനമാർത്താണ്ടനും 'ചാന്റോർ' വംശജരായിരുന്നു. എന്നാൽ പിന്നീട് രാമവർമ്മ കുലശേഖരൻ ആര്യ ബ്രാഹ്മണരുടെ പിന്തുണയോടെ രാജാവായപ്പോൾ സ്ഥിതിഗതികളാകെ മാറി. പഴയ 'ചാന്റോർ' നാടുവാഴി ക്ഷത്രിയനായി ഉയർന്നു. അല്ലാതെ രാമവർമ്മയെന്ന രാജാവ് എവിടെനിന്നെങ്കിലും വന്നുകയറിയതായോ പൊട്ടിവീണതായോ യാതൊരു രേഖയുമില്ല.

ഒരു നാടുവാഴി ക്ഷത്രിയനായി ഉയർത്തപ്പെടുമ്പോൾ അയാളെ സംബന്ധിച്ച് സ്ഥിതിഗതികളാകെ മാറുകയാണ്. ജാതിചിന്തയുടെ തീക്ഷ്ണത ഇല്ലാതിരുന്ന ഒരു സമൂഹത്തിൽ നാടുവാഴിയായിരുന്ന ആളാണ് നാടാർ. (നാട് ആളുന്നവൻ - നാടാർ. ആളുകയെന്നാൽ ഭരിക്കുകയെന്നർത്ഥം) നാടുവാഴിയും പ്രജകളും തമ്മിൽ കാര്യമായ വ്യത്യാസമൊന്നുമില്ലായിരുന്നു. മനുഷ്യരെല്ലാം ഒന്നുപോലെ. എങ്കിലും നാടുവാഴിക്ക് കീഴ്പ്പെട്ടു നില്ക്കുന്നവരായിരുന്നു പ്രജകൾ. എന്നാൽ ആ നാടുവാഴി ക്ഷത്രിയനായി ഉയർത്തപ്പെടുമ്പോൾ അയാൾ അതുവരെ തന്റെ ബന്ധുക്കളും കുടുംബക്കാരുമായിരുന്നവരെ ഉപേക്ഷിക്കുകയും അവരിൽ നിന്നു വ്യത്യസ്തമായി 'ആര്യപ്രോക്ത' ജീവിതശൈലി സ്വീകരിക്കുകയും ചെയ്യുകയായി. മാത്രമല്ല, അതുവരെ തന്റെ ഉറ്റവരും ഉടയവരുമായിരുന്നവരെ ഹീനജാതിക്കാരായി മുദ്രകുത്തുവാൻ ആര്യന്മാർക്കു കൂട്ടുനില്ക്കുകയും ശീലമായി.

ഒരു ദ്രാവിഡ നാടുവാഴിയെ ക്ഷത്രിയത്വത്തിലേക്ക് ഉയർത്തുന്നതിനു അവർ ചില കർമ്മങ്ങൾ അനുഷ്ഠിക്കണമായിരുന്നു. 'ഹിരണ്യഗർഭം' 'തുലാപുരുഷദാനം' എന്നിവ അവയിൽ ചിലതു മാത്രമാണ്. സ്വർണ്ണനിർമ്മിതമായ ഒരു പശുവിന്റെയുള്ളിൽ രാജാവ് പ്രവേശിച്ച് പുറത്തുവരികയെന്ന സങ്കല്പമാണ് 'ഹിരണ്യ ഗർഭം.' അതിനുവേണ്ടി അത്രയും വലിപ്പമുള്ള സ്വർണ്ണപ്പശുവിനെ നിർമ്മിക്കുകയും ചടങ്ങിനു ശേഷം ആ പശുവിനെ ബ്രാഹ്മണർക്ക് ദാനം ചെയ്യുകയും പതിവായിരുന്നു. രാജാവിന്റെ തൂക്കത്തിനു തുല്യമായ സ്വർണ്ണം ബ്രാഹ്മണർക്ക് ദാനം ചെയ്യുന്ന ചടങ്ങാണ് തുലാപുരുഷദാനം. ഇതൊക്കെ കേരളത്തിലെ ബ്രാഹ്മണ മേധാവിത്തം ബഹുജനങ്ങളുടെ ചോര ഊറ്റിയെടുത്തു നടപ്പിലാക്കിയ കാര്യങ്ങളാണ്. ക്ഷത്രിയ രാജാക്കന്മാരുടെ കിരീടധാരണ വേളയിലോ അതിനു മുമ്പോ പിമ്പോ അവർ ഈ ചടങ്ങ് അനുഷ്ഠിക്കണമെന്ന വേറെ ഒരു നിയമാവലിയിലും രേഖപ്പെടുത്തി കാണുന്നില്ല. *മനുസ്മൃതി* പോലും ഇക്കാര്യത്തിൽ മൗനം പാലിക്കുന്നു. അതിനുകാരണം ദ്രാവിഡന് ആര്യൻ ക്ഷത്രിയത്വം നല്കി അവനെ രാജാവാക്കുന്ന കാര്യം മനു ചിന്തിച്ചിരുന്നില്ലെന്നതാണ്. എന്നാൽ ഇവിടെ ഈ കേരളത്തിൽ, തിളച്ച എണ്ണയിൽ കൈമുക്കി കുറ്റക്കാരെ കണ്ടുപിടിച്ചിരുന്ന രാജ്യത്ത്, ഈ നിയമം കൊണ്ടുവന്നതിൽ അത്ഭുതപ്പെടാനൊന്നുമില്ല. ആദ്യമായി ക്ഷത്രിയത്വം സ്വീകരിച്ച ദ്രാവിഡ രാജാവിനെക്കൊണ്ടു മാത്രമല്ല, ഹിര

ണ്യഗർഭവും തുലാപുരുഷദാനവും നടത്തിച്ചത്. ആധുനികകാലത്തും ഇതൊക്കെ നിർവ്വഹിച്ചിരുന്നു. അതു സംബന്ധിച്ച രേഖകൾ സംസ്ഥാന പുരാരേഖവകുപ്പിൽ ഇന്നും സംരക്ഷിച്ചു പോരുന്നു. ബ്രാഹ്മണരോടൊന്നിച്ച് ആഹാരം കഴിക്കുന്നതിനും വേദമന്ത്രോച്ചാരണത്തിനുള്ള യോഗ്യത കൈവരുത്തുന്നതിനും വേണ്ടിയായിരുന്നു ഇത്. താണ ജാതിക്കാരന് ക്ഷത്രിയത്വം നല്കുന്നതിനുവേണ്ടിയാണ് ആദ്യകാലത്ത് ഇതൊക്കെ നടത്തിയിരുന്നതെങ്കിലും കാലം കഴിഞ്ഞിട്ടും ആചാരങ്ങൾക്ക് മാറ്റമുണ്ടായില്ല. ബ്രാഹ്മണനും ക്ഷത്രിയനും ഒന്നിച്ചിരുന്നു ആഹാരം കഴിക്കുന്നതു *മനുസ്മൃതി* പോലും വിലക്കിയിട്ടില്ല. പിന്നെന്തിനു ഈ ചടങ്ങുകൾ ഇവിടെ നിർബ്ബന്ധിതമാക്കി? അവിടെയാണ് കേരളത്തിലെ രാജാവിന്റെ അയിത്തം കാണേണ്ടത്. രാജാവ് എത്ര വലിയവനായാലും അയാൾ ബ്രാഹ്മണന്റെ മുന്നിൽ അയിത്തജാതിക്കാരനാണ്. ആ അയിത്തം മാറണമെങ്കിൽ ബ്രാഹ്മണന് സ്വർണ്ണം കൊടുക്കണം. “പണത്തിനുമേൽ പരുന്തും പറക്കില്ല” എന്ന പ്രമാണമനുസരിച്ചാണ് കേരളത്തിലെ ദ്രാവിഡ രാജാക്കന്മാരുടെ മേൽ പുണ്യജലം തളിച്ച് അവരെ ക്ഷത്രിയരാക്കി ഉയർത്തിയത്. ഇപ്പോൾ മനസ്സിലായിരിക്കും അയ്യനടികൾ തിരുവടികളും ആദ്യത്തെ രാമവർമ്മയുമൊക്കെ ജാതിശ്രേണിയിൽ ആരായിരുന്നുവെന്ന്. ഇങ്ങനെ ക്ഷത്രിയനായി ഉയർത്തപ്പെട്ട നാടാരുടെ പിന്മുറക്കാരാണ് തങ്ങളെന്നു അംഗീകരിക്കാൻ പില്ക്കാല രാജാക്കന്മാരും അവരുടെ സേവകരായിരുന്നു തങ്ങളെന്ന് പറയാൻ പുതിയ വരേണ്യവർഗ്ഗവും വിസമ്മതിക്കുന്നുവെന്നത് ചരിത്രത്തിലെ ഒരു വൈരുദ്ധ്യമല്ല. സ്വാഭാവിക പ്രക്രിയയാണ്. അതിനു കാരണം പില്ക്കാലത്ത് അടിമത്തത്തിന്റെ ആഴങ്ങളിലേക്ക് വലിച്ചെറിയപ്പെട്ട നാടാരെയാണ് അവർക്ക് പരിചയമുള്ളതെന്നതാണ്. മാത്രമല്ല, നാടാരുടെ തൊലിയുടെ നിറം കറുപ്പായിത്തന്നെ തുടരുകയും ക്ഷത്രിയരായി ഉയർന്നവരുടെയും പുതിയ വരേണ്യ വർഗ്ഗത്തിന്റെയും തൊലിയുടെ നിറം ആര്യസംസർഗ്ഗവും സാമീപ്യവും മൂലം കുറച്ചൊക്കെ അവരുടേതുപോലെയാവുകയും ചെയ്തു. മാത്രമല്ല അവർ തങ്ങളുടെ തനതു സംസ്കാരത്തെ പരിത്യജിച്ച് ആര്യന്മാരുടെ ജീവിതരീതി പിന്തുടരാൻ തുടങ്ങുകയും ചെയ്തു. അപ്പോൾ മുമ്പത്തെ ഭരണവർഗ്ഗത്തിൽ രാജാവൊഴികെയുള്ളവർ സമൂഹത്തിന്റെ പിന്നാമ്പുറത്തേക്ക് വലിച്ചെറിയപ്പെടുകയും അവർ ആയിരുന്ന ഇടങ്ങളിൽ പുതുവരേണ്യവർഗ്ഗങ്ങൾ കയറിപ്പറ്റുകയും ചെയ്തു.

ആര്യസംസ്കാരം ഉൽകൃഷ്ടമായതുകൊണ്ടല്ലേ ഇങ്ങനെയൊക്കെ സംഭവിച്ചതെന്ന ഒരു ചോദ്യം ഈയവസരത്തിൽ പൊന്തിവരാനിടയുണ്ട്. വസ്തുതകൾ ശരിയായി മനസ്സിലാക്കാത്തതുകൊണ്ടാണ് അങ്ങനെയൊരു സംശയം ഉണ്ടാകുന്നത്. ദ്രാവിഡ സംസ്കാരം ഒരു തരത്തിലും ആര്യസംസ്കാരത്തേക്കാൾ മോശമായിരുന്നില്ലെന്നതാണ് വസ്തുത. ബ്രാഹ്മണർ സംസ്കൃത ഭാഷയെ വികസിപ്പിച്ച് സാഹിത്യ സൃഷ്ടി നടത്തിയപ്പോൾ അതിനു ബദലായി ദ്രാവിഡരുടെയിടയിൽ തമിഴ് സാഹിത്യം

രൂപംകൊണ്ടു. സംസ്കൃതത്തോട് കിടപിടിക്കുന്ന അനേകകൃതികൾ തമിഴിലുമുണ്ട്. പാണിനി മഹർഷി *പാണിനീയ*മെന്ന സംസ്കൃതവ്യാകരണ ഗ്രന്ഥമെഴുതിയപ്പോൾ തൊൽക്കാപ്പിയനാർ തമിഴിൽ *തൊൽക്കാപ്പിയം* എന്ന വ്യാകരണ ഗ്രന്ഥമെഴുതി. സംസ്കൃതത്തിലെന്നപോലെ തമിഴിലും ഇതിഹാസകാവ്യങ്ങൾ ഉണ്ട്. *ചിലപ്പതികാരം, മണിമേഖല* എന്നിവ ഉദാഹരണങ്ങൾ. സംസ്കൃത നാടകലോകം പോലെ തന്നെ പുഷ്കലമാണ് തമിഴ് നാടകലോകവും. സംസ്കൃതത്തിലെ *അമരകോശം* പോലെ പദങ്ങളുടെ പര്യായങ്ങളും മറ്റും രേഖപ്പെടുത്തിയിട്ടുള്ള ശബ്ദകോശങ്ങളും തമിഴിലുണ്ട്. ഗദ്യവും പദ്യവും കൂട്ടിക്കലർത്തി ചമ്പുവെന്ന പ്രസ്ഥാനം സംസ്കൃതത്തിലുണ്ടായപ്പോൾ തമിഴിൽ അതേ രചനാശൈലിയിൽ 'ഭാരതം' ഉണ്ടായി. സംഘകാലകവികളിൽ മുപ്പതു സ്ത്രീകളും ഉണ്ടായിരുന്നു. ഇങ്ങനെ ഏതുരീതിയിൽ നോക്കിയാലും സംസ്കൃതത്തോട് കിടപിടിക്കുന്ന ഒരു ഭാഷയാണ് തമിഴെന്നു കാണാം. (കേരളം തമിഴകത്തിന്റെ ഭാഗമായിരുന്നുവെന്നും കേരള ഭാഷ തമിഴായിരുന്നുവെന്നും കൂടി ഇവിടെ ഓർക്കേണ്ടതുണ്ട്.) അതുപോലെ ആരോഗ്യമേഖലയിൽ ആര്യന്മാർ ആയുർവ്വേദം വികസിപ്പിച്ചെടുത്തപ്പോൾ ദ്രാവിഡരുടെയിടയിൽ സിദ്ധവൈദ്യവും രൂപം കൊണ്ടു. ഇങ്ങനെ അറിവിന്റെ ഏതു മേഖല നോക്കിയാലും ആര്യസംസ്കാരത്തേക്കാൾ ഒട്ടും മോശമായിരുന്നില്ല ദ്രാവിഡ സംസ്കാരമെന്ന് കാണാം. സിന്ധുനദീതട സംസ്കാരംപോലും ദ്രാവിഡ സംസ്കാരമായിരുന്നുവല്ലോ. അവിടെനിന്നും ലഭിച്ചിട്ടുള്ള ലിപികൾക്ക് തമിഴ് ലിപികളോടാണ് സാദൃശ്യമുള്ളത്.

ആര്യാധിനിവേശം സമൂഹത്തെയാകെ പിടിച്ചുലച്ചു. ചിന്താർഹമായ പല മാറ്റങ്ങളും ഉണ്ടായി. ഭക്ഷണ കാര്യത്തിൽപോലും ആര്യബ്രാഹ്മണർ ചില ചിട്ടകൾ കൊണ്ടുവന്നു. അവർ ഗോമാംസവും മദ്യവും ഉപയോഗിക്കുന്നതു നിർത്തി. *മനുസ്മൃതി*പോലും ഗോമാംസം കഴിക്കുന്നതു വിലക്കിയിട്ടില്ല. വിധിപ്രകാരം സംസ്കരിക്കണമെന്നേയുള്ളൂ. ബഹുജനങ്ങളിൽനിന്നു വ്യത്യസ്തരാണു തങ്ങളെന്നു വരുത്തിത്തീർക്കാൻ വേണ്ടിയാണ് ബ്രാഹ്മണർ മദ്യവും മാംസവും ഉപേക്ഷിച്ചത്. മാത്രമല്ല മാംസം കഴിക്കുന്നത് സാമൂഹികമായ അപകർഷമായി പ്രഖ്യാപിക്കുകയും ചെയ്തു. എന്നാൽ ബ്രാഹ്മണ്യം നേടിയ പാണന്മാർ മാംസം കഴിക്കുന്നതു തുടർന്നു പോന്നതിനാൽ അവരുടെ സാമൂഹികമായ ഉയർന്ന പദവിക്ക് ഇടിച്ചിലുണ്ടായി. മാത്രമല്ല വിദ്യാസമ്പന്നരായിരുന്ന പാണർ, പറയർ, കുറവർ, പുലയർ തുടങ്ങിയ സമുദായങ്ങൾക്ക് ആര്യമേധാവിത്തം വിദ്യാഭ്യാസം നിഷേധിക്കുകയും ചെയ്തു. അദ്ധ്വാനത്തിന്റെ മഹത്ത്വം അംഗീകരിക്കപ്പെടാതായി. സംഘകാലത്ത് കൂലിവേല ചെയ്ത് ജീവിച്ച ഇവിടത്തെ തൊഴിലാളികളെ 'സഹോദരന്മാർ' എന്നാണു പറഞ്ഞിരുന്നത്. ശാരീരികാദ്ധ്വാനം ആവശ്യമുള്ള ജോലികളിൽ ഏർപ്പെട്ടിരുന്നവർ ആര്യവല്ക്കരണത്തോടെ സമൂഹത്തിന്റെ ഏറ്റവും താണ നിലയിലേക്ക് വലിച്ചെറിയപ്പെട്ടു. ക്ഷത്രിയപ്പട്ടം സ്വീകരിക്കാൻ വിസമ്മതിച്ചവരും ആര്യ

ബ്രാഹ്മണരുടെ ചൊല്പടിക്ക് നില്ക്കാത്തവരുമായ പുലയ-പറയ-കുറവ-നാടാർ രാജാക്കന്മാരെ കൊന്നൊടുക്കി. പ്രജകളെ ഹീനജാതിക്കാരെന്നു മുദ്രകുത്തി അവർണ്ണരും അസ്പൃശ്യരുമാക്കിത്തീർത്തു.

സ്ത്രീകളുടെ നില വളരെ പരിതാപകരമായി. അവർക്ക് വിദ്യാഭ്യാസം നിഷേധിക്കപ്പെട്ടു. സംഘകാലത്ത് വിദ്യാസമ്പന്നരായ സ്ത്രീകളും അവരുടെയിടയിൽ കവികളും കലാകാരികളും ഉണ്ടായിരുന്നു. ബുദ്ധിപരവും കലാപരവുമായ പ്രവർത്തനങ്ങളിൽനിന്ന് അകറ്റപ്പെട്ട സ്ത്രീകൾ വീട്ടിനകത്തു ഒതുങ്ങിനിന്നു വീട്ടുകാര്യങ്ങൾ മാത്രം നോക്കാൻ നിർബ്ബന്ധിതരായി. വിധവകളുടെ ജീവിതം പരമ ദയനീയമായി. വിവാഹിതയായ സ്ത്രീ പുരുഷന്റെ അടിമയായി. മാത്രമല്ല, സ്ത്രീയുടെ വിവാഹപ്രായം പുരുഷന്റെ പ്രായത്തിന്റെ മൂന്നിലൊന്നായിരിക്കണമെന്നു നിശ്ചയിക്കുകയും ചെയ്തു. അതനുസരിച്ച് ഇരുപത്തിനാലു വയസ്സു പ്രായമായ പുരുഷൻ വിവാഹം കഴിക്കേണ്ടത് എട്ടു വയസ്സായ പെൺകുട്ടിയെയാണ്. ആര്യമത പ്രചാരകന്മാർ രംഗപ്രവേശം ചെയ്തതോടെ അതിനു മുമ്പു പ്രചാരത്തിലിരുന്ന ബുദ്ധ-ജൈന മതങ്ങൾ ക്ഷയിച്ചു തുടങ്ങി. എന്നല്ല, ബുദ്ധവിഗ്രഹങ്ങളെയും ജൈന ക്ഷേത്രങ്ങളെയും തല്ലിത്തകർക്കുക തന്നെ ചെയ്തു. ഏഴും എട്ടും നൂറ്റാണ്ടുകളിൽ നിർവ്വഹിക്കപ്പെട്ട വിഗ്രഹങ്ങളും വിഹാരങ്ങളുമാണ് ഇങ്ങനെ തകർക്കപ്പെട്ടത്. 'കൊറ്റവൈ' എന്ന പേരിൽ സംഘകാലത്തു പ്രസിദ്ധമായിരുന്ന ദ്രാവിഡ ദേവതയ്ക്കു ദുർഗ്ഗ, കാളി, ഭഗവതി എന്നീ പേരുകൾ നല്കി ആര്യമത പ്രചാരകർ സ്വീകരിച്ചു. ജനസാമാന്യത്തിന്റെ ശാസ്താവിനെ ഹരിഹര പുത്രനായി പുനർ നാമകരണം ചെയ്തു. ഹിന്ദു ദേവനാക്കി. ഏറെ താമസിയാതെ ആര്യ-ദ്രാവിഡ സങ്കരമുണ്ടായതുപോലെ ആര്യ-ദ്രാവിഡ ചിന്തകളുടെയും സമന്വയം നടന്നു. അങ്ങനെ കേരളത്തിലെ ദ്രാവിഡന്മാർ ഹിന്ദുമതത്തിന്റെ ഭാഗമായി. അതോടെ ജനങ്ങളുടെയിടയിൽ ജാതിചിന്തയും ജാതിവ്യത്യാസവും രൂഢമൂലമായി. രാജ്യത്തിന്റെ താക്കോൽ സ്ഥാനങ്ങളിൽ പ്രതിഷ്ഠിക്കപ്പെട്ടിരുന്ന ചാന്റോർ വർഗ്ഗക്കാർക്ക് പടിയിറങ്ങേണ്ടി വരികയും പുതുതായി രൂപംകൊണ്ട വരേണ്യവർഗ്ഗം ആ സ്ഥാനങ്ങളിൽ കയറിപ്പറ്റുകയുംചെയ്തു. അങ്ങനെ എട്ടുവീട്ടുനാടാക്കളുടെ സ്ഥാനത്തു എട്ടുവീട്ടിൽ പിള്ളമാർ അവരോധിതരായി. എട്ടുവീട്ടു നാടാക്കളെപ്പോലെ 'എട്ടുതുരം നാടാഴ്വാർ' എന്ന മറ്റൊരു വിഭാഗവും ഉണ്ടായിരുന്നു. പുരാണങ്ങളിലെ അഷ്ടദിക്പാലകന്മാരെ അനുസ്മരിപ്പിച്ചുകൊണ്ട്, നികുതി പിരിക്കുന്നതിനുള്ള അധികാരത്തോടെ എട്ടുദിക്കുകളിലും ഭരണം നടത്തിയിരുന്നവരാണ് എട്ടുതുരം നാടാഴ്വാർ. (തിരുവിതാംകൂറിലെ ചില ശിലാലിഖിതങ്ങളിൽ ഈ നാടാഴ്വാരെപ്പറ്റി പരാമർശമുണ്ടെന്ന കാര്യം ശ്രീ നാഗം അയ്യയുടെ *തിരുവിതാംകൂർ സ്റ്റേറ്റ് മാന്വലിൽ* രേഖപ്പെടുത്തിയിട്ടുണ്ട്. അവർ അക്കാലത്തെ പ്രഭുക്കന്മാർ ആയിരുന്നു.

ആര്യവല്ക്കരണത്തോടെ വേണാട്ടിലും സംഗതികൾ കീഴ്മേൽ മറിഞ്ഞു. ഭരണവർഗ്ഗമായിരുന്ന ചാന്റോറിൽനിന്ന് ഒരാൾ ക്ഷത്രിയത്വത്തി

ലേക്ക് ഉയർന്നതോടെ, അയാളുടെ അങ്ങനെ ഉയരാത്ത ബന്ധുക്കളെല്ലാം നീചജാതിക്കാരായി മുദ്രകുത്തപ്പെട്ടു. അങ്ങനെ മുദ്രകുത്തപ്പെട്ടവരാണ് നാടാന്മാർ. ചാന്റോർ ചാന്നാനായി മാറി. എങ്കിലും ഒറ്റയും തെറ്റയുമായി ചാന്റോർ വംശജരായ ചില രാജബന്ധുക്കൾ ഭരണത്തിന്റെ ഉന്നതസ്ഥാനങ്ങളിൽ പ്രതിഷ്ഠിക്കപ്പെട്ടിരുന്നു. അത്തരത്തിൽപ്പെട്ട ഒരാളാണ് അനിഴം തിരുനാൾ മാർത്താണ്ഡവർമ്മയുടെ വലിയ പടത്തലവനായിരുന്ന അനന്തപത്മനാഭൻ നാടാർ. അനന്തപത്മനാഭന്റെ ശവകുടീരത്തിൽ ഇപ്രകാരം ആലേഖനം ചെയ്തിരിക്കുന്നു. "സേരകുല അയ്യൻ തിരുവടികൾ പരമ്പര ശ്രീവീരതാണു അനന്തപത്മനാഭൻ നാടാർ വേണാട്ടിനു മുതൽകൈ സേനാപതി ശ്രീ വീരരവിപാല മാർത്താണ്ഡവർമ്മാവിൻ അന്തരംഗ ആലോചകൻ (സേരകുല- ചേരകുല.)

അറിയപ്പെടുന്ന ആദ്യത്തെ വേണാട്ടു രാജാവായ അയ്യനടികൾ തിരുവടികളുടെ വംശപാരമ്പര്യത്തിൽപ്പെട്ട ആളാണ് അനന്തപത്മനാഭനെന്നു വെളിവാകാൻ ഇതിൽപ്പരം എന്തു തെളിവാണു വേണ്ടത്? മാത്രമല്ല, അയ്യനടികൾ തിരുവടികളുടെ പരമ്പരയിൽ മരുമക്കത്തായ മുറപ്രകാരം അധികാരത്തിൽവന്ന രാജാവാണ് മാർത്താണ്ഡവർമ്മ. അയ്യനടികളുടെ പരമ്പരയിൽപ്പെട്ടതും ക്ഷത്രിയവല്ക്കരിക്കപ്പെട്ടതുമായ രാമവർമ്മയ്ക്കു ശേഷം മാർത്താണ്ഡവർമ്മയുടെ കാലംവരെയുള്ള സ്ഥാനാരോഹണത്തിന് ഒരു നൈരന്തര്യവും ഉണ്ട്. എവിടെവച്ചും അതു മുറിഞ്ഞുപോകുന്നില്ല.

ഈ സേരകുല (ചേരകുല) അയ്യൻ തിരുവടികൾ പാരമ്പര്യം രാജകുടുംബവും നിഷേധിച്ചിട്ടില്ല. പക്ഷേ, ബഹുജനത്തിനു അതിനെപ്പറ്റി വലിയ ധാരണയൊന്നുമില്ല. അതുകൊണ്ട് അത് ബഹുജനസമക്ഷം കൊണ്ടുവരണമെന്നു നിശ്ചയിച്ച ഒരു ഗ്രന്ഥകാരൻ ഇപ്രകാരമെഴുതി. "തൃപ്പാപ്പൂർ രാജകുടുംബ ചാന്നാൻ അല്ലെങ്കിൽ നാടാർ എന്ന വംശവിഭാഗത്തിൽ പെടുന്നുവെന്നു 1901 ലെ ഇന്ത്യാ ഗവൺമെന്റിന്റെ സെൻസസ് റിപ്പോർട്ട് വ്യക്തമാക്കുന്നു." (*ഒരു നഷ്ട ജനതയും രാഷ്ട്രവും* - പ്രൊഫ. ജെ ഡാർവിൻ) എങ്കിലും ചരിത്രകാരന്മാരാരും അതു കണ്ടതായി ഭാവിച്ചിട്ടില്ല. അതുകൊണ്ട് പ്രസ്തുത റിപ്പോർട്ടിന്റെ പ്രസക്തഭാഗം ഇവിടെ ചേർക്കുന്നു.

മുൻഖണ്ഡികയിൽ പറഞ്ഞ അനന്തപത്മനാഭൻ തന്നെ ആപത്തിൽ സഹായിക്കുകയും കിരീടധാരണത്തിൻ വേണ്ട സഹായങ്ങൾ ചെയ്തു കൊടുക്കുകയും ചെയ്തതിന്റെ പ്രതിഫലമായി മാർത്താണ്ഡവർമ്മ മഹാരാജാവായപ്പോൾ അദ്ദേഹത്തിനു ആയിരക്കണക്കിനു ഏക്കർ ഭൂമി കരമൊഴിവായി കൊടുക്കുകയുണ്ടായി. അതു സംബന്ധിച്ച ചെപ്പേടിൽ മാർത്താണ്ഡവർമ്മ പറഞ്ഞിരിക്കുന്നത് അനന്തപത്മനാഭൻ തന്റെ ഉറ്റ പെന്തുവും (ബന്ധുവും) സഹായിയും ആണെന്നാണ്. എന്നാൽ ഇവിടത്തെ ബന്ധുവെന്ന പദവും തർക്കത്തിൽ കിടക്കുകയാണ്. ബന്ധുവെന്ന

Plate No.5

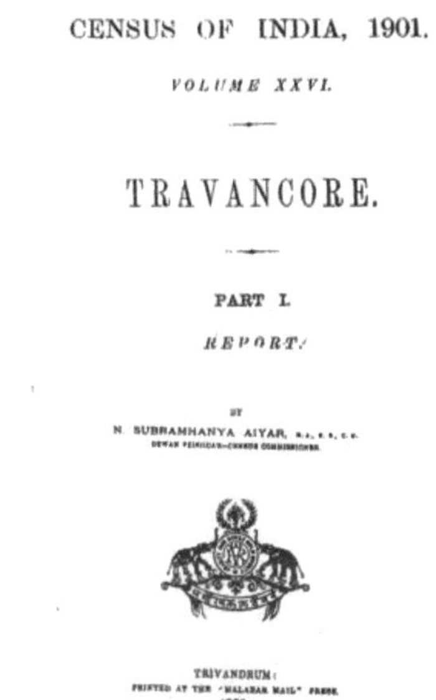
CENSUS OF INDIA, 1901.

VOLUME XXVI.

TRAVANCORE.

PART I.

REPORT.

BY

N. SUBRAMHANYA AIYAR,

DEWAN PEISHCAR—CENSUS COMMISSIONER.

TRIVANDRUM:

PRINTED AT THE "MALABAR MAIL" PRESS.

1903.

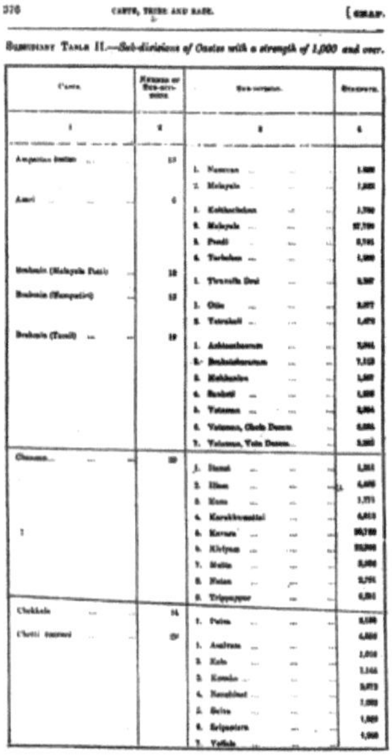
376 CASTE, TRIBE AND RACE. [CHAP.

Subsidiary Table II.—Sub-divisions of Castes with a strength of 1,000 and over.

Census Report of 1901

Trippapur the Royal Title of Travancore for Nadars.

പദത്തിനു രക്തബന്ധുവെന്നാണ് അർത്ഥമെന്നു നാടാർ പ്രേമികൾ പറയുമ്പോൾ ആ വാക്കിന് സുഹൃത്ത് എന്ന് അർത്ഥം കല്പിച്ചാൽ മതിയെന്നു നാടാർ വിരോധികൾ പറയുന്നു. പക്ഷേ, അതങ്ങനെ തർക്കത്തിനു വിടേണ്ട കാര്യമല്ല. ഭാഷാ ശാസ്ത്രമനുസരിച്ച് വാക്കുകൾക്ക് അർത്ഥസങ്കോചവും അർത്ഥവികാസവും ഉണ്ടാകും. അർത്ഥമാറ്റവും സാധാരണമാണ്. ഇന്നത്തെ അർത്ഥമായിരിക്കണമെന്നില്ല അന്നുണ്ടായിരുന്നത്. ബന്ധുവെന്ന വാക്കിന്റെ അന്നത്തെ അർത്ഥമെന്തെന്നു അറിയണമെങ്കിൽ *മതിലകം രേഖകളെ*പ്പറ്റി പരിജ്ഞാനമുണ്ടാകണം. മലയാള ഭാഷയുടെ വികാസപരിണാമങ്ങൾ വ്യക്തമായി പ്രതിഫലിക്കുന്ന അക്ഷയഖനിയാണ് *മതിലകം രേഖകൾ*. പതിനാലാം നൂറ്റാണ്ടു മുതലുള്ള വേണാടിന്റെ ചരിത്രവും ഭാഷയുടെ വളർച്ചയും അതിൽ നിന്നു മനസ്സിലാക്കണം.

മതിലകം രേഖകളിൽ പറയുന്ന പല വാക്കുകൾക്കും അന്നുണ്ടായിരുന്ന അർത്ഥമല്ല ഇന്നുള്ളത്. ഉദാഹരണത്തിനു 'കോഴ' എന്ന വാക്കെടുക്കാം. ദുഃഖം എന്ന അർത്ഥത്തിലാണ് *മതിലകം രേഖകളിൽ* ആ വാക്കു പ്രയോഗിച്ചിരിക്കുന്നത്. എന്നാൽ ഇന്നത്തെ അർത്ഥമോ? കൈക്കൂലി എന്നല്ലേ? അതുപോലെ രേഖകൾ ചികഞ്ഞു പെന്തുവെന്ന വാക്കു കണ്ടുപിടിക്കുമ്പോൾ അതിന്റെയർത്ഥം 'blood related fellow' എന്നു തന്നെയാണെന്നു കാണാം. പിന്നെന്തിനു മാർത്താണ്ഡവർമ്മയുടെ

ബന്ധു തന്നെയായിരുന്നു അനന്തപത്മനാഭനെന്ന കാര്യത്തിൽ സംശയിക്കണം? വസ്തുതകൾ ഇങ്ങനെ കരതലാമലകംപോലെ എടുത്തു കാണിച്ചാലും മനസ്സിലാകാത്തത് നിക്ഷിപ്ത താല്പര്യങ്ങൾ മൂലമാണെന്നു പറയാനേ നിവൃത്തിയുള്ളൂ

ചിറവാ മൂപ്പനും തൃപ്പാപ്പൂർ മൂപ്പനും

അയ്യനടികൾ തിരുവടികൾ വേണാടിന്റെ രാജാവായിരിക്കുമ്പോൾ അത് ഒരു സ്വതന്ത്രരാജ്യമായിരുന്നില്ല. പന്ത്രണ്ടാം ശതകത്തിന്റെ ആരംഭത്തിൽ മാത്രമാണ് വേണാടിന് ഒരു സ്വതന്ത്രരാജ്യമെന്ന പദവി ലഭിച്ചത്. ആ നൂറ്റാണ്ടിന്റെ ഉത്തരാർദ്ധത്തിൽ തൃപ്പാപ്പൂർ താമസമാക്കിയിരുന്ന ആയ് രാജവംശത്തിന്റെ ഒരു ശാഖയും ആതൻ തുരുത്തി ആസ്ഥാനമാക്കിയിരുന്ന മറ്റൊരു ശാഖയും വേണാട്ടുരാജവംശത്തിൽ ലയിച്ചു. ആയ് രാജവംശവും വേണാട് രാജവംശവും ഒരേ കുലത്തിൽ (ചാന്റോർ കുലം) പെട്ടതായതു കൊണ്ടാണ് ആ ലയനം സാദ്ധ്യമായത്. ആ ലയനത്തോടെ വേണാട്ടിലെ പ്രധാന രാജാവ് 'ചിറവാ മൂപ്പനെ'ന്നും യുവരാജാവ് 'തൃപ്പാപ്പൂർ മൂപ്പ്'നെന്നും അറിയപ്പെട്ടു തുടങ്ങി. ചിറവാ മൂപ്പൻ കൊല്ലത്തു പനങ്കാവിൽ കൊട്ടാരത്തിൽ താമസിച്ചുകൊണ്ടാണ് ഭരണം നടത്തിയിരുന്നത്. അതേ സമയം, തൃപ്പാപ്പൂർ മൂപ്പനാകട്ടെ, തിരുവനന്തപുരത്തിനു പതിനഞ്ചു കിലോമീറ്റർ വടക്കുള്ള തൃപ്പാദപുരത്തു താമസിച്ചുകൊണ്ട് പഴയകാലത്തെ കോയിലധികാരികളെപ്പോലെ ശ്രീപത്മനാഭസ്വാമി ക്ഷേത്രത്തിന്റെയും വേണാട്ടിലെ മറ്റു ക്ഷേത്രങ്ങളുടെയും ഭരണകാര്യങ്ങളും സംരക്ഷണവും നടത്തിപ്പോന്നു.

തങ്ങളുടെ പൂർവ്വികനായ കുലശേഖര പെരുമാളിനോടും മഹാവിഷ്ണുവിനോടുമുള്ള ബഹുമാനാർത്ഥം വേണാട്ടു രാജാക്കന്മാർ രണ്ടു പാദങ്ങൾ (തൃപ്പാദങ്ങൾ) തങ്ങളുടെ കിരീടത്തോട് ചേർത്ത് അടയാളപ്പെടുത്തിയിരുന്നു. ഈ കിരീടംമൂലം രാജകുടുംബത്തിനു തൃപ്പാദസ്വരൂപമെന്ന പേര് പതിഞ്ഞു. തൃപ്പാപ്പൂർ മൂപ്പൻ തൃപ്പാദപുരത്തു താമസിച്ചുകൊണ്ട് ക്ഷേത്രകാര്യങ്ങൾ നടത്തിപ്പോന്നതിനാൽ തൃപ്പാദ സ്വരൂപം ക്രമേണ തൃപ്പാപ്പൂർ സ്വരൂപമായി മാറി. ശ്രീപത്മനാഭന്റെ പാദങ്ങൾ പതിഞ്ഞ സ്ഥല

ത്താണ് ക്ഷേത്രം. ശ്രീ പത്മനാഭന്റെ ഉടൽ തിരുവനന്തപുരത്തും തല തിരുവല്ലത്തും ഉണ്ടെന്നു വിശ്വാസം.

മാർത്താണ്ഡവർമ്മയുടെ കാലമായപ്പോൾ അദ്ദേഹം തൃപ്പാപ്പൂർ മൂപ്പനായി അവരോധിക്കപ്പെട്ടു. അതേസമയം അദ്ദേഹത്തിന്റെ അമ്മാവനായ രാമവർമ്മ ചിറവാ മൂപ്പനുമായിരുന്നു. മാർത്താണ്ഡവർമ്മ ചിറവാ മൂപ്പനായപ്പോൾ പ്രായംകൊണ്ട് തൃപ്പാപ്പൂർ മൂപ്പനാകാൻ വേണ്ട യോഗ്യതയുള്ള യുവാക്കന്മാരാരും രാജകുടുംബത്തിൽ ഉണ്ടായിരുന്നില്ല. മാർത്താണ്ഡവർമ്മയുടെ അനന്തരവനും പില്ക്കാലത്ത് ധർമ്മരാജാവ് എന്ന പേരിൽ പ്രസിദ്ധനുമായ രാമവർമ്മയ്ക്ക് അന്നു അഞ്ചു വയസ്സായിരുന്നു പ്രായം. അതുകൊണ്ട് മാർത്താണ്ഡവർമ്മ ഒരേസമയം ചിറവാമൂപ്പനും തൃപ്പാപ്പൂർ മൂപ്പനുമായിക്കഴിഞ്ഞു.

മാവേലിക്കര കൊട്ടാരത്തിലെ രാഘവവർമ്മ കോയിത്തമ്പുരാന്റെയും ആറ്റിങ്ങൽ കൊട്ടാരത്തിലെ രാജകുമാരിയായിരുന്ന കുഞ്ഞിക്കുട്ടിഅമ്മയുടെയും പുത്രനായി 1705 ൽ പിറന്ന കുഞ്ഞാണ് പില്ക്കാലത്ത് ആധുനിക വേണാടിന്റെ ശില്പിയായി മാറിയ അനിഴം തിരുനാൾ മാർത്താണ്ഡവർമ്മ. പതിനാലം വയസ്സുവരെ ആറ്റിങ്ങൽ കൊട്ടാരത്തിൽ കഴിഞ്ഞിരുന്ന മാർത്താണ്ഡവർമ്മയുടെ 'ഉപനയനം'വരെയുള്ള മാമൂൽ പ്രകാരമുള്ള ചടങ്ങുകളെല്ലാം അവിടെ വച്ചായിരുന്നു. പത്തൊമ്പതാം നൂറ്റാണ്ടിന്റെ അന്ത്യദശകം വരെ രാജകുടുംബാംഗങ്ങളുടെ അന്നപ്രാശനം, (ചോറൂണ്) വിദ്യാരംഭം, ഉപനയനം, എന്നിവ ആറ്റിങ്ങൽ കൊട്ടാരത്തിലും തിരുവനന്തപുരത്തും നടത്തിയിരുന്നു.

മാർത്താണ്ഡവർമ്മയുടെ കാലത്തിനു മുമ്പുവരെ വേണാട്ടുരാജകുടുംബത്തിലെ ഒരംഗത്തിനു ഒരു വയസ്സു പൂർത്തിയാകുമ്പോൾ ശ്രീ പത്മനാഭസ്വാമി ക്ഷേത്രത്തിൽ കൊണ്ടുവരികയും അവിടെവച്ച് ആ കുഞ്ഞിനെ ശ്രീപത്മനാഭനു സമർപ്പിക്കുകയും പതിവായിരുന്നു. ശ്രീകോവിലിനു മുമ്പിലുള്ള കൽമണ്ഡപത്തിന്റെ മുമ്പിൽ പ്രതിഷ്ഠിച്ചാണ് ഈ സമർപ്പണം നടത്തിയിരുന്നതും. എന്നാൽ മാർത്താണ്ഡവർമ്മയുടെ കാര്യത്തിൽ ഈ സമർപ്പണം എത്ര കണ്ട് നടന്നിരുന്നുവെന്ന കാര്യം സംശയാസ്പദമാണ്. വളരെ പ്രക്ഷുബ്ധമായിരുന്ന അക്കാലത്തെ രേഖകളിൽ ചിലതെല്ലാം ഇനിയും കണ്ടെടുക്കേണ്ടതായിട്ടാണിരിക്കുന്നത്. മാർത്താണ്ഡവർമ്മയുടെ ജനനസമയത്തു ശ്രീപത്മനാഭസ്വാമി ക്ഷേത്രം അഗ്നിബാധമൂലം നശിച്ച് വളരെ പരിതാപകരമായ അവസ്ഥയിലായിരുന്നു. തന്നിമിത്തം പല പതിവ് അനുഷ്ഠാനങ്ങളും അക്കാലത്തു നടത്തിയിരുന്നില്ല. നിത്യപൂജകൾ മാത്രമാണ് യഥാവിധി നടന്നിരുന്നത്. ക്ഷേത്രത്തിന്റെ ഉടമസ്ഥതയിലുള്ള വിസ്തൃതമായ ഭൂമി മുഴുവൻ എട്ടുവീട്ടിൽ പിള്ളമാരുടെ നിയന്ത്രണത്തിലായിരുന്നു. ക്ഷേത്രത്തോട് അവർ വച്ചു പുലർത്തിയിരുന്ന ശത്രുതാ മനോഭാവംമൂലം നിത്യനിദാനച്ചെലവുകൾക്ക് ആവശ്യമായ നെല്ലും മറ്റു കോപ്പുകളും കൊടുക്കാതിരുന്നതിനാൽ ക്ഷേത്രത്തിന്റെ പ്രവർത്തനത്തെയും ക്ഷേത്രവരവിനെയും കാര്യമായി

ബാധിച്ചിരുന്നു.

പത്മനാഭസ്വാമിക്ഷേത്രത്തിൽ അക്കാലത്തുണ്ടായ തീപിടിത്തത്തിന്റെ ഫലമായി ക്ഷേത്രം പൂർണ്ണമായും നശിച്ചുപോയിരുന്നു. അതിന്റെ ഫലമായി ക്ഷേത്രത്തിൽ നടക്കേണ്ട പല പതിവു ചടങ്ങുകൾക്കും മുടക്കം വന്നു. അതിനാൽ മാർത്താണ്ഡവർമ്മയുടെ പേരിൽ നടത്തേണ്ടിയിരുന്ന ശ്രീപത്മനാഭാർപ്പണം 1705 ൽ നടന്നിരിക്കാനിടയില്ല. പകരം കനത്ത സുരക്ഷാവലയത്തിൽ മാതാവ് അദ്ദേഹത്തെ ആറ്റിങ്ങലിൽനിന്നും കൊണ്ടുവന്ന് അതൊരു ചെറിയ ചടങ്ങായി നടത്തിയിരിക്കാനാണ് സാദ്ധ്യതയെന്നു കേരളത്തിലെ രാജകുടുംബങ്ങളുടെ ചരിത്രം പഠിച്ചുകൊണ്ടിരിക്കുന്ന ഒരു ഗവേഷകൻ ഈ ഗ്രന്ഥകാരനോട് ഒരു അഭിമുഖത്തിൽ പറയുകയുണ്ടായി. (കാഞ്ഞിരമറ്റം കൊട്ടാരത്തിലെ അംഗവും റിട്ടയേഡ് ആരോഗ്യവകുപ്പ് അഡീഷണൽ ഡയറക്ടറുമായ ഡോ. ആർ പി രാജയാണ് ആ ഗവേഷകൻ) പതിനാറാം വയസ്സിലായിരിക്കണം അദ്ദേഹത്തിന്റെ ഉപനയനം നടന്നത്. അക്കാലം മുതൽ അദ്ദേഹം ക്ഷേത്രകാര്യങ്ങൾ നോക്കിനടത്തുകയും തൃപ്പാപ്പൂർ മൂപ്പ് സിദ്ധിക്കുകയും ചെയ്തു. എന്നാൽ തൃപ്പാപ്പൂർ മൂപ്പനെന്ന സ്ഥാനം ഏറ്റെടുത്തത് തൃപ്പാദപുരം കൊട്ടാരത്തിൽ വച്ചായിരിക്കാൻ സാദ്ധ്യതയില്ല. തൃപ്പാപ്പൂർ മൂപ്പന്മാരുടെ വസതി തൃപ്പാദപുരത്തായിരുന്നുവെങ്കിലും മാർത്താണ്ഡവർമ്മയുടെ കാലത്ത് അത് അവിടെയാകാൻ യാതൊരു സാദ്ധ്യതയും ഉണ്ടായിരുന്നില്ല. കാരണം എട്ടുവീട്ടിൽപ്പിള്ളമാരിൽപ്പെട്ട ഒരു പ്രമുഖനായ കഴക്കൂട്ടത്തുപിള്ളയുടെ വസതി തൊട്ടടുത്തായിരുന്നതിനാൽ തൃപ്പാദപുരത്തെ താമസം അത്ര സുഖകരമാവുകയില്ലായിരുന്നു. അതിനാൽ അദ്ദേഹത്തിന്റെ വസതി നെയ്യാറ്റിൻകരയിലേക്ക് മാറ്റേണ്ടിവന്നു. അതുകൊണ്ടാണ് ചില ഡച്ച് റിക്കാർഡുകളിലും മറ്റും മാർത്താണ്ഡവർമ്മയെ നെയ്യാറ്റിൻകരയിലെ രാജകുമാരനെന്നു വിശേഷിപ്പിച്ചിരിക്കുന്നതും. പില്ക്കാലത്ത് മാർത്താണ്ഡവർമ്മയുടെ സഹായികളായ പലരെയും അദ്ദേഹം അവിടെവച്ചാണ് പരിചയപ്പെട്ടത്.

തൃപ്പാപ്പൂർ മൂപ്പന്റെ ക്ഷേത്രത്തിലെ സ്ഥിരസാന്നിദ്ധ്യം തൃപ്പാദപുരത്തെ കൊട്ടാരം, രാജാവിന്റെ വസതി തിരുവിതാംകോട്ടും രാജകുടുംബം ആറ്റിങ്ങലിലും ആയിരിക്കൽ എന്നിങ്ങനെയുള്ള ഒരു പ്രത്യേക സ്ഥിതിവിശേഷമാണ് അക്കാലങ്ങളിൽ വേണാട്ടിൽ ഉണ്ടായിരുന്നത്. ആനുഷംഗികമായി ഒരു കാര്യംകൂടി പറഞ്ഞുകൊള്ളട്ടെ. അന്ന് രാജ്യത്തിന്റെ തലസ്ഥാനമെന്ന പേര് പത്മനാഭപുരത്തിനായിരുന്നെങ്കിലും ഭരണസിരാകേന്ദ്രം തിരുവനന്തപുരത്തെ ശ്രീപത്മനാഭസ്വാമിക്ഷേത്രമായിരുന്നു. ശ്രീപത്മനാഭ സ്വാമിക്ഷേത്രം മതിൽക്കെട്ടിനുള്ളിലാകയാൽ അക്കാലത്തെ ഭരണപരമായ രേഖകളെ *മതിലകം രേഖകൾ* എന്നു പറയുന്നു.

വേണാടിലെ/തിരുവിതാംകൂറിലെ രാജകുടുംബം രാജാവും അദ്ദേഹത്തിന്റെ പുത്രകളത്രാദികളും ഉൾപ്പെട്ടതായിരുന്നില്ല. മരുമക്കത്തായ രീതിയനുസരിച്ച് രാജകുടുംബമെന്ന് പറയുന്നത് കുടുംബത്തിലെ

സ്ത്രീജനങ്ങളും കുട്ടികളുമാണ്. കുടുംബത്തിന്റെ ഘടനയും പ്രത്യേക സ്വഭാവവും കൊണ്ട് രാജാവിന്റെ വസതിയും രാജകുടുംബത്തിന്റെ വസതിയും പ്രത്യേക സ്ഥലങ്ങളിലായിരുന്നു. രാഷ്ട്രീയവും തന്ത്രപരവുമായ കാര്യങ്ങളാണ് രാജാവിന്റെ വസതി നിർണ്ണയിച്ചിരുന്നത്. രാജകുടുംബത്തിന്റേതാകട്ടെ സുരക്ഷിതത്വവും സമാധാനവും ലഭിക്കുന്ന സ്ഥലങ്ങളിലായിരുന്നു. അതിൻപ്രകാരം ചിറവാമൂപ്പനായ വേണാട്ടു രാജാവിന്റെ വസതി തക്കലയ്ക്കടുത്തുള്ള തിരുവിതാങ്കോട്ടും (കന്യാകുമാരി ജില്ലാ തമിഴ്നാട് രാജകുടുംബത്തിന്റെ വസതി ആറ്റിങ്ങലിലും ആയിരുന്നു. 1731 ൽ മാർത്താണ്ഡവർമ്മ അദ്ദേഹത്തിന്റെ സഹോദരിയും ഇരുപത്തിമൂന്നുകാരിയുമായിരുന്ന പൂരുരുട്ടാതി തിരുനാൾ ആറ്റിങ്ങൽ മൂത്ത തമ്പുരാട്ടിയെയും അവരുടെ അമ്മയുടെ മൂത്ത സഹോദരിയുടെ മകളുമായിരുന്ന ഇരുപതുകാരി കാർത്തിക തിരുനാൾ പാർവ്വതിഭായി ഇളയതമ്പുരാട്ടിയെയും തിരുവനന്തപുരത്തുള്ള ശ്രീപാദം കൊട്ടാരത്തിൽ മാറ്റിപ്പാർപ്പിക്കുകയുണ്ടായി. (ഈ കൊട്ടാരവും ചുറ്റുമുള്ള സ്ഥലവും ഇന്നു സംസ്ഥാന പുരാവസ്തുഗവേഷണവകുപ്പിന്റെ കീഴിലാണ്) ആറ്റിങ്ങലിലെ പഴയ കൊട്ടാരസമുച്ചയം ഇന്നും അവിടെ ഉണ്ടെങ്കിലും ചില ഭാഗങ്ങൾ ചില വ്യക്തികൾ കൈയടക്കിയിരിക്കുന്നു. എന്നാൽ 'മണ്ഡപക്കെട്ട്' എന്ന പ്രധാന ഭാഗം ഇപ്പോഴും തിരുവിതാംകൂർ ദേവസ്വം ബോർഡിന്റെ അധീനതയിൽത്തന്നെയാണ്.

ഒരു രാജാവിന്റെ പുത്രകളത്രാദികൾക്ക് രാജാവിനോടൊപ്പം താമസിക്കാനുള്ള അവസരം ഉണ്ടായിരുന്നില്ലെന്ന കാര്യവും അറിഞ്ഞിരിക്കേണ്ടതാണ്. ഈ അവസരത്തിൽ മനസ്സിലാക്കേണ്ട മറ്റൊരു കാര്യംകൂടിയുണ്ട്. ഒരു നിർണ്ണായകഘട്ടത്തിൽ രാജകുടുംബത്തിന്റെ ആസ്ഥാനം നെയ്യാറ്റിൻകരയിലേക്ക് മാറ്റേണ്ടിവന്നു. എങ്കിലും ആരുവാമൊഴി ചുരം വഴി ഉണ്ടാകാനിടയുള്ള ആക്രമണഭയം മൂലം കുറച്ചുകൂടി സുരക്ഷിതമായ വനഭൂമിപോലെ തോന്നിച്ചിരുന്ന കീഴ്പ്പേരൂരിലേക്ക് വീണ്ടും മാറ്റി. രാജകുടുംബം അവിടെ ആയിരുന്ന കാലത്ത് അതിനു കീഴ്പ്പേരൂർ സ്വരൂപമെന്ന പേരും പതിഞ്ഞു. അക്കാലത്ത് രാജകുടുംബം രണ്ട് ശാഖകളായി പിരിയുകയും ഒരു ശാഖ കൊല്ലത്തിനടുത്തെ പടിഞ്ഞാറെ കല്ലടയിൽ വാസമുറപ്പിക്കുകയും മറ്റേ ശാഖ ആറ്റിങ്ങലിൽ വാസമുറപ്പിക്കുകയും ചെയ്തു. കൊല്ലത്ത് ആവാസമുറപ്പിച്ച ശാഖ കീഴ്പ്പേരൂർ ദേശിങ്ങനാട് സ്വരൂപമെന്നും ആറ്റിങ്ങൽ ശാഖ കീഴ്പ്പേരൂർ തൃപ്പാദസ്വരൂപമെന്നും അറിയപ്പെട്ടു.

ക്ഷേത്രകാര്യങ്ങൾ സംരക്ഷിച്ചുപോന്ന യുവരാജാവും (Junior Prince) വേണാട്ടുരാജകുടുംബത്തിൽപ്പെട്ട തൃപ്പാദസ്വരൂപത്തിലെ മുതിർന്ന അംഗവും 'തൃപ്പാപ്പൂർ മൂപ്പൻ' എന്ന പേരിലാണ് അറിയപ്പെട്ടിരുന്നത്. തൃപ്പാദസ്വരൂപത്തിലെ മുതിർന്ന അംഗം രാജാവാകുമ്പോൾ അദ്ദേഹത്തെയും തൃപ്പാപ്പൂർ മൂപ്പനെന്നാണു വിളിച്ചിരുന്നത്. ഇത് ചരിത്രകാരന്മാരുടെയിടയിൽ ചിന്താക്കുഴപ്പമുണ്ടാക്കിയിട്ടുള്ള ഒരു കാര്യമാണ്.

എന്നാൽ, മാർത്താണ്ഡവർമ്മയുടെ കാലമായപ്പോൾ ഈ പ്രശ്നം പരിഹരിക്കപ്പെട്ടു. മാർത്താണ്ഡവർമ്മ തൃപ്പാപ്പൂർ മൂപ്പനായി അവരോധിക്കപ്പെട്ടപ്പോൾ അദ്ദേഹത്തിന്റെ അമ്മാവനായ രാമവർമ്മ ചിറവാമൂപ്പനുമായിരുന്നു. മാർത്താണ്ഡവർമ്മ ചിറവാമൂപ്പനായപ്പോൾ തൃപ്പാപ്പൂർ മൂപ്പനാകാൻ വേണ്ട പ്രായമായ യുവാക്കളാരും രാജകുടുംബത്തിൽ ഉണ്ടായിരുന്നില്ല. മാർത്താണ്ഡവർമ്മയുടെ അനന്തരവനും പില്ക്കാലത്ത് ധർമ്മരാജാവ് എന്നപേരിൽ പ്രസിദ്ധനുമായ രാമവർമ്മയ്ക്ക് അന്നു അഞ്ചുവയസ്സുമാത്രമായിരുന്നു പ്രായം. അതുകൊണ്ട് മാർത്താണ്ഡവർമ്മ ഒരേ സമയം ചിറവാ മൂപ്പനും തൃപ്പാപ്പൂർ മൂപ്പനുമായി കഴിഞ്ഞു. ഒരേ രാജാവു തന്നെ ചിറവാ മൂപ്പനും തൃപ്പാപ്പൂർ മൂപ്പനുമായിരിക്കുന്ന ഈ രീതി തിരുവിതാകൂറിലെ ഒടുവിലത്തെ രാജാവായ ശ്രീ ചിത്തിരതിരുനാൾ ബാലരാമവർമ്മയുടെ കാലംവരെ തുടർന്നു.

എട്ടുതുരം നാടാഴ്വാർമാർ

നികുതി പിരിക്കുന്നതിനുള്ള അധികാരത്തോടുകൂടി രാജ്യത്തിന്റെ എട്ടുഭാഗങ്ങളിലായി ഉണ്ടായിരുന്ന 'എട്ടുതുരം നാടാഴ്വാർ' എന്ന ഒരു വിഭാഗം പ്രഭുക്കന്മാരെപ്പറ്റി പല കേരള ചരിത്രപുസ്തകങ്ങളിലും പരാമർശമൊന്നും കാണുന്നില്ല. അങ്ങനെ ഒരു കൂട്ടർ ഇല്ലാതിരുന്നതല്ല കാരണം. പിന്നെയോ? നാടുവാണിരുന്നത് ചാന്റോർ വർഗ്ഗമായിരുന്നതിനാൽ ആ വർഗ്ഗത്തിൽപ്പെട്ട പലരും രാജ്യത്തു ഉന്നതപദവികൾ വഹിച്ചിരുന്നു. അതിലൊന്നാണ് എട്ടുതുരം നാടാഴ്വാർ. ചാന്റോർ വർഗ്ഗത്തിന്റെ ഭരണം അവസാനിപ്പിച്ചിട്ട് നാടുവാഴി ക്ഷത്രിയത്വത്തിലേക്ക് ഉയർന്നതോടെ ഈ ചാന്റോരെപ്പറ്റി (നാടാരെ) പറയാൻ ആരുമില്ലാതായി. ക്ഷത്രിയരായി ഉയർന്ന നാടുവാഴികൾ അവരുടെ പഴയ ബന്ധുക്കളെ കൈയൊഴിയുക മാത്രമല്ല ചെയ്തത്. അവർ വഹിച്ചിരുന്ന പദവികളിൽ പുതുതായി രൂപം കൊണ്ട തങ്ങളുടെ ആശ്രിതരായ വരേണ്യവർഗ്ഗത്തെ കയറ്റിവിടുകയും ചെയ്തു. ആര്യമേധാവിത്തത്തിനു കീഴടങ്ങിയ പഴയ നാടുവാഴികളും പുതുതായി രൂപംകൊണ്ട വരേണ്യ വർഗ്ഗവും സ്വയം ശ്രേഷ്ഠരായി കരുതുകയും മുൻ നാടുവാഴികളുടെ ബന്ധുക്കളുമായുള്ള ചങ്ങാത്തം അവസാനിപ്പിക്കുകയും ചെയ്തു. ചങ്ങാത്തം അവസാനിപ്പിച്ചുവെന്നു മാത്രമല്ല അവരെ അവഗണിക്കുകയും ചെയ്തു. അതിനാൽ എട്ടുതുരം നാടാഴ്വാർ എന്ന പ്രഭുവർഗ്ഗം ചരിത്രത്തിന്റെ താളുകളിൽ ഇടം പിടിച്ചില്ല. നാടാഴ്വാർ എന്നത് ഇംഗ്ലണ്ടിലെ പ്രഭു (lord) എന്നതിനു തുല്യമായ ഒരു പദവിയായിരുന്നു. ആ പദവി കൈവിട്ടു പോയപ്പോൾ ആ പദവിയിലുണ്ടായിരുന്നവരെ ക്ഷത്രിയരായി ചിത്രീകരിക്കാൻ തുടങ്ങി. അന്നു അതിനെ ആരും എതിർത്തില്ല. ഭൂമി കൈമാറ്റം ചെയ്യുന്നതു

സംബന്ധിച്ച രേഖകളിൽ ഇതു വളരെ വ്യക്തമായി കാണാവുന്നതാണ്. വസ്തു കൈമാറ്റം ചെയ്യുമ്പോൾ ഇക്കാലത്തു വില്ക്കുന്നവന്റെയും വാങ്ങുന്നവന്റെയും പദവി രേഖപ്പെടുത്തുന്നതുപോലെ (ഉദാ: വിദ്യാധരൻ, നാല്പത്തിയഞ്ച് വയസ്സ് സർക്കാർ ജീവനം) ഗോവിന്ദൻ അൻപതു വയസ്, കൃഷി ഇത്യാദി) മുൻകാലങ്ങളിൽ അവരുടെ ജാതി രേഖപ്പെടുത്തുമായിരുന്നു. അങ്ങനെ രേഖപ്പെടുത്തുന്നതു നാടാരെ സംബന്ധിച്ചാകുമ്പോൾ അത് മക്കൾ വഴി ക്ഷത്രിയ ഹിന്ദു/ക്രിസ്ത്യൻ നാടാർ എന്നായിരുന്നു. അങ്ങനെ കഴിഞ്ഞിരുന്ന നാടാർ ക്ഷത്രിയരുടെ വീടുകളെ 'നാലുകെട്ടുകൾ' എന്നും പെരിയ വീടുകൾ എന്നുമാണ് പറഞ്ഞിരുന്നത്. നാടാരുടെ സാമൂഹിക നിലയെപ്പറ്റി *ട്രാവൻകൂർ സ്റ്റേറ്റ് മാന്വലിൽ* ശ്രീ നാഗം അയ്യ രേഖപ്പെടുത്തിയിരിക്കുന്നത് ഇപ്രകാരമാണ്.

"Ezhavas like oil mongers Alwars and others, belong to the left hand classes, while shanars (Nadars) occupy a high place among the right hand classes."

പതിനേഴാം നൂറ്റാണ്ടിലാണ് എട്ടരയോഗം എന്ന രാഷ്ട്രീയ ശക്തി കേന്ദ്രം സ്ഥാപിക്കപ്പെട്ടത്. എട്ടുവീട്ടിൽ പിള്ളമാരും എട്ടു നമ്പൂതിരി ബ്രാഹ്മണരും യോഗക്കാരും ഉൾപ്പെട്ടതായിരുന്നു ആ ശക്തികേന്ദ്രം. എട്ടു നമ്പൂതിരി ബ്രാഹ്മണർക്ക് ഓരോ യോഗവും രാജാവിനു അരയോഗവും എന്നായിരുന്നു വിധി. എന്താണ് ഈ അരയോഗം? അത് അരയോഗമല്ല, അരച (രാജാവ്) യോഗമാണെന്നും ആ വാക്കിന്റെ അർത്ഥം മനസ്സിലാക്കാതെ പകുതിയെന്ന അർത്ഥത്തിൽ പറഞ്ഞുപോയതാണെന്നുമൊക്കെ പുതിയ ഭാഷ്യങ്ങൾ ചമയ്ക്കുന്നുണ്ട്. പക്ഷേ, കാര്യം വ്യക്തമാണ്. ക്ഷത്രിയനായി ഉയർത്തപ്പെട്ട രാജാവ് ദ്രാവിഡനായതുകൊണ്ട് നമ്പൂതിരിമാരുടെ തുല്യനില അനുവദിച്ചുകൊടുത്തിരുന്നില്ല എന്നതാണ് നേര്. ഈ ശക്തികേന്ദ്രത്തിൽ എട്ടുവീട്ടിൽ പിള്ളമാർ പ്രവേശിക്കുന്നതിനുമുമ്പ് ആ സ്ഥാനത്തുണ്ടായിരുന്നത് എട്ടുവീട് നാടാർക്കൾ എന്ന എട്ട് നാടാർ പ്രഭുക്കളാണ്.

രാജ്യത്തിനുവേണ്ടിയുള്ള തമ്പിമാരുടെ അവകാശവാദം തൃപ്പാപ്പൂർ നാടാർ കുടുംബത്തിൽ ചേരിതിരിവ് ഉണ്ടാക്കി. ആ വിഷയം പ്രമാണിച്ച് നാടാന്മാർ രണ്ടു ചേരിയിലായി. മാർത്താണ്ഡവർമ്മ മരുമക്കത്തായം സ്വീകരിച്ചിരുന്നതുകൊണ്ട് പല നാടാർ പ്രഭുക്കന്മാരും അദ്ദേഹത്തിനു എതിരാവുകയും. തമ്പിമാർക്ക് പിന്തുണ പ്രഖ്യാപിക്കുകയും ചെയ്തു. മക്കത്തായവാദികളായ നാടാന്മാർ തമ്പിമാരെ പിന്തുണച്ചുവെങ്കിലും തൃപ്പാപ്പൂർ നാടാന്മാരുടെയിടയിൽ മറ്റൊരു അഭിപ്രായവും ഉണ്ടായിരുന്നു. തമ്പിമാരുടെ ജനനം വിദേശ വനിതയിലൂടെയാകയാൽ അവർ യുവരാജാവായ മാർത്താണ്ഡവർമ്മയെ പിന്തുണയ്ക്കാൻതന്നെ തീരുമാനിച്ചു. അക്കൂട്ടത്തിൽ പ്രമുഖനായിരുന്നു നൂറ്റിയെട്ടു കളരികളുടെയും അധിപ

നായിരുന്ന അനന്തപത്മനാഭൻ നാടാർ. പ്രഭുക്കൾക്കിടയിൽ ഉണ്ടായിരുന്ന അഭിപ്രായവ്യത്യാസം രാജ കുടുംബ ചരിത്രത്തിൽനിന്ന് അവരെ ഉന്മൂലനം ചെയ്യാൻ മാത്രമേ പര്യാപ്തമായുള്ളൂ. ആ ഉന്മൂലനം തുടർന്നുവന്ന ഏതാനും ദശകങ്ങൾകൊണ്ട് - ഏറിയാൽ ഒരു നൂറ്റാണ്ടുകൊണ്ട് നടന്നുകഴിഞ്ഞിരുന്നു. മാർത്താണ്ഡവർമ്മ സ്ഥാനഭ്രഷ്ടനായി ഓടിനടന്ന നിർണ്ണായകഘട്ടത്തിലാണ് "അയ്യനടികൾ പരമ്പര"യിൽപ്പെട്ട അനന്തപത്മനാഭൻ യുവരാജാവായ മാർത്താണ്ഡവർമ്മയെ സഹായിക്കാനായി മുന്നിട്ടിറങ്ങിയത്. അതിനുമുമ്പ് 1661 നും 1729 നും ഇടയ്ക്കുള്ള കാലഘട്ടങ്ങളിൽ ശ്രീ പത്മനാഭസ്വാമിക്ഷേത്രം കൊള്ളയടിക്കപ്പെടുകയും അഗ്നിക്കിരയാവുകയും ആറുപ്രാവശ്യം അടച്ചുപൂട്ടുകയും ചെയ്യേണ്ടിവന്നു. ക്ഷേത്രഭരണം മെച്ചപ്പെടുത്തുന്നതിന് മാർത്താണ്ഡവർമ്മ വേണ്ട നടപടികൾ സ്വീകരിക്കുകയും ക്ഷേത്രത്തിന്റെ അറ്റകുറ്റപ്പണികളും അനുബന്ധമന്ദിരങ്ങളുടെ നിർമ്മാണവും പൂർത്തിയാക്കുകയും ചെയ്തു. ഗന്ധമാദന നദീതീരത്തുനിന്നു കൊണ്ടുവന്ന 12000 സാളഗ്രാമങ്ങൾ കൊണ്ടാണ് ശ്രീപത്മനാഭവിഗ്രഹം നിർമ്മിച്ചത്. ക്ഷേത്രത്തിലെ പ്രസിദ്ധമായ ഒറ്റക്കൽ മണ്ഡപം പണി കഴിപ്പിച്ചതും ഇക്കാലത്താണ്. പത്മനാഭസ്വാമിക്ഷേത്രത്തിൽ ഭദ്രദീപവും മുറജപവും തുടങ്ങിവച്ചതും മാർത്താണ്ഡവർമ്മയാണ്.

നാടാർ ക്ഷത്രിയർ എന്ന പ്രയോഗം

ക്ഷത്രിയർ എന്ന വിഭാഗം ചാതുർവർണ്യവ്യവസ്ഥിതിയിലെ രണ്ടാമത്തെ ജാതിയാണ്. എന്നാൽ നാടാരോ? അവർ ചാതുർവർണ്യത്തിന്റെ പരിധിയിൽപ്പെടാത്ത ദ്രാവിഡവർഗ്ഗമാണ്. ബ്രാഹ്മണന്റെ ആശീർവാദം ഇല്ലാതെ നാടുഭരിച്ചവരാണ് അവർ. ആര്യാധിനിവേശത്തിനുമുമ്പുള്ള കേരളത്തിലെ സമുന്നത ജാതിയാണ്. ക്ഷത്രിയനേക്കാൾ ഉയർന്ന ഒരു തലമാണത്. (ജാതിവ്യവസ്ഥ ആഗ്രഹിക്കുന്നവർക്കുവേണ്ടിയാണ് ഇതു പറയുന്നത്) അത് നാടാർ മനസ്സിലാക്കുന്നില്ല. അവർക്കു മുകളിൽ വേറൊരു ശക്തികേന്ദ്രം, ഉണ്ടായിരുന്നില്ല. കുറേക്കൂടി വ്യക്തമായി പറഞ്ഞാൽ 'ബ്രാഹ്മണന്റെയും പശുക്കളുടെയും ക്ഷേമം' നോക്കി രാജ്യം ഭരിച്ചിരുന്നവരായിരുന്നില്ല ദ്രാവിഡരാജാക്കന്മാർ. മാത്രമല്ല, അവർ പ്രജാക്ഷേമ തല്പരരുമായിരുന്നു. അവരെ നിയന്ത്രിക്കാൻ അവർക്കു മുകളിലായി ഒരു ശക്തികേന്ദ്രം ഉണ്ടായിരുന്നില്ല. അതുകൊണ്ട് നാടാർ ക്ഷത്രിയർ എന്നു പറഞ്ഞ് ജാത്യാഭിമാനം കാത്തുസൂക്ഷിക്കേണ്ടതില്ല. നാട് ഭരിച്ചിരുന്നവർ പൊതുവെ ക്ഷത്രിയരെന്നു ഇന്നു അറിയപ്പെടുന്നതുകൊണ്ട് മുമ്പ് നാടുഭരിച്ചിരുന്ന നാടാരെയും അക്കൂട്ടത്തിൽ പെടുത്തിയാൽ മതി. നാടാർ ക്ഷത്രിയർ എന്ന ഒരു പദവി ഒരു അലങ്കാരമാണെന്നു തോന്നുന്നില്ല. മാത്രമല്ല ഈ ആധുനികകാലത്ത് പ്രത്യേകിച്ച് ജനാധിപ

ത്യത്തിൽ ഈ മാതിരി ജാതിചിന്തകൾക്ക് പ്രസക്തിയുണ്ടാകാൻ പാടില്ല. ഒരു ജാതിരഹിത സമൂഹമായി, മനുഷ്യരായി ജീവിക്കുകയാണു വേണ്ട ത്. "പിന്നെന്തുകൊണ്ട് നാടാരുടെ മഹത്ത്വങ്ങൾ എണ്ണിയെണ്ണി പറഞ്ഞു?" അതിന്റെ ഉത്തരം ലളിതമാണ്. ചരിത്രസത്യങ്ങൾ വളച്ചൊടിക്കുന്നതി നുള്ള ശ്രമങ്ങൾ അനുസ്യൂതം തുടർന്നു വരുന്നതുകൊണ്ടും ചില സമു ദായങ്ങൾ ഉൽകൃഷ്ടമാണെന്നുള്ള ചിന്ത ബഹുജനങ്ങളുടെയിടയിൽ നില നില്ക്കുന്നതുകൊണ്ടുമാണത്.

ചരിത്രത്തെ വളച്ചൊടിക്കൽ

മലയാള സാഹിത്യത്തിലെ ഒരു ഉൽകൃഷ്ടകൃതിയായ *മാർത്താണ്ഡ വർമ്മ* ചരിത്രത്തെ വളച്ചൊടിക്കുന്നതിൽ നിർണ്ണായക പങ്കുവഹിച്ചിട്ടുള്ള ചരിത്രാഖ്യായികയാണ്. ആഖ്യായികയിൽ പറയുന്ന കാര്യങ്ങൾ ചരിത്രമായികൊള്ളണമെന്നു വ്യവസ്ഥയൊന്നും ഇല്ലെങ്കിലും വിശ്വസനീയമായ ചരിത്രരേഖകൾകണ്ട് മനസ്സിലാക്കാൻ കഴിയാത്ത ആളുകൾ ചരിത്രാഖ്യായികയിൽ പറയുന്ന കാര്യങ്ങൾ ചരിത്രമാണെന്നു ധരിച്ചുവശായിക്കൊള്ളുക സാധാരണമാണ്. *മാർത്താണ്ഡവർമ്മ*യുടെ കാലത്തെ ആഭ്യന്തര കലാപങ്ങളും മഹാരാജാവിന്റെ കിരീടധാരണവും മറ്റും സാധാരണ ജനങ്ങൾ മനസ്സിലാക്കിയിരിക്കുന്നത് *മാർത്താണ്ഡവർമ്മ*യെന്ന ചരിത്രാഖ്യായികയിൽ പറഞ്ഞിരിക്കുന്ന പോലെയാണ്. ആ ആഖ്യായികയിലെ ഒരു പ്രധാന കഥാപാത്രമാണ് പടത്തലവനായ അനന്തപത്മനാഭൻ. ആ അനന്തപത്മനാഭന് യഥാർത്ഥ അനന്തപത്മനാഭനുമായി പുലബന്ധം പോലുമില്ല. *മാർത്താണ്ഡവർമ്മ*യിലെ അനന്തപത്മനാഭൻ തിരുമുഖത്തുപിള്ളയുടെ മകനാണ്. എന്നാൽ യഥാർത്ഥ അനന്തപത്മനാഭനോ? അതറിയാനുള്ള ഒരു ശ്രമമാണ് ഇവിടെ നടത്തുന്നത്.

ഇന്നത്തെ മാർത്താണ്ഡം-തക്കല റോഡിന്റെ (കന്യാകുമാരി ജില്ല, തമിഴ്നാട്) പടിഞ്ഞാറു ഭാഗത്ത് വിശാലമായ വയലേലകൾക്ക് പിന്നിൽ കിഴക്കിനു അഭിമുഖമായി അഞ്ചേക്കർ ഭൂമിക്ക് ഏതാണ്ട് മദ്ധ്യഭാഗത്തായി തലയുയർത്തി നിന്നിരുന്ന പള്ളിമേടത്തറവാടെന്ന ഒരു തറവാടുണ്ടായിരുന്നു. പടത്തലവനായിരുന്ന താണു മലയപ്പെരുമാളായിരുന്നു ആ വീട്ടിലെ കാരണവർ. അദ്ദേഹത്തിന്റെയും ഭാര്യയായ ലക്ഷ്മി ദേവിയുടെയും അഞ്ചു മക്കളിൽ ഏറ്റവും മൂത്ത പുത്രനായി 1698 സെപ്തംബർ ഒൻപതിന് (കൊല്ലവർഷം 873 ചിങ്ങം 24) ജനിച്ച കുട്ടിയാണ് പില്ക്കാലത്തു

വേണാടിന്റെ വലിയ പടത്തലവനായി മാറിയ അനന്തപത്മനാഭൻ നാടാർ. അദ്ദേഹത്തിന് ശ്രീ മായകൊണ്ട പെരുമാൾ, ശ്രീ പൊൻവേന്ത പെരുമാൾ എന്നീ രണ്ടു സഹോദരന്മാരും ശ്രീമതി തങ്കപ്പഴം, ശ്രീമതി സരസ്വതി ദേവീ എന്നിങ്ങനെ രണ്ടു സഹോദരിമാരും ഉണ്ടായിരുന്നു.

പള്ളിമേടത്തറവാടിനോട് ചേർന്നുതന്നെ ഒരു കളരിയും ഉണ്ടായിരുന്നു. തെക്കൻ മേഖലയിലെ ലക്ഷണമൊത്ത കുഴിക്കളരി. ഓതിരം, കടകം, ചടുലം തുടങ്ങി ശിലാഖണ്ഡം ഗദാശാസ്ത്രം അനുത്തമം വരെയുള്ള പതിനെട്ടടവുകൾക്കും പുറമെ വടക്കു കടത്തനാടൻ അടവുകൾ പതിനെട്ടും അവിടെ പഠിപ്പിച്ചിരുന്നു.

ഏഴാം വയസ്സിൽത്തന്നെ എഴുത്തും വായനയും പഠിക്കാൻ തുടങ്ങിയ അനന്തൻ തമിഴും സംസ്കൃതവും വശത്താക്കിയിരുന്നു. എല്ലാറ്റിനും അനന്തൻ എന്നും മുൻപന്തിയിൽത്തന്നെയായിരുന്നു. അരോഗദൃഢഗാത്രനായ അദ്ദേഹത്തിൽ ഒരു വീരപോരാളിയുടെ എല്ലാ ലക്ഷണങ്ങളും ഒത്തിണങ്ങിയിരുന്നു. കളരി പരിശീലനം പൂർത്തിയാക്കിയപ്പോൾത്തന്നെ അദ്ദേഹത്തിനു താൻ അഭ്യസിച്ചിരുന്ന കളരിയുടെ ചുമതലയും ലഭിച്ചു. പടിപടിയായി ഉയർന്ന് വേണാട്ടിൽ അന്നുണ്ടായിരുന്ന നൂറ്റിയെട്ടു കളരികളുടെയും അധിപനായി. ഇരുപത്തിയൊന്നാം വയസ്സിൽ അനന്തൻ തന്റെ അമ്മാവന്റെ മകളായ ശ്രീമതി പാർവ്വതി അമ്മാളെ വിവാഹം കഴിച്ചു. അചിരേണ അദ്ദേഹത്തിന് ഒരു ആൺകുഞ്ഞ് ജനിക്കുകയും കുഞ്ഞിനു അയ്യൻ പെരുമാൾ എന്നു പേരിട്ടു വളർത്തുകയും ചെയ്തു. കുഞ്ഞിനു രണ്ടര വയസ്സായപ്പോൾ ദൗർഭാഗ്യവശാൽ അനന്തന്റെ ഭാര്യ മരണമടഞ്ഞു.

ഭാര്യയുടെ മരണം അനന്തനേറ്റ ഒരു ആഘാതമായിരുന്നു. എങ്കിലും അദ്ദേഹം പിടിച്ചുനിന്നു. നാടിനോടുള്ള കൂറ് കൈവിടാതെ കളരിയുടെ പ്രവർത്തനവും സാമൂഹിക പ്രവർത്തനങ്ങളും രാജസേവനവുമായി മുന്നോട്ടു നീങ്ങിക്കൊണ്ടിരുന്നു. ഭാര്യയുടെ മരണശേഷം ഗൃഹസ്ഥാശ്രമം വിട്ട് തികഞ്ഞ ബ്രഹ്മചാരിയും പൊതുപ്രവർത്തകനുമായി മാറി.

അനന്തന്റെ കുടുംബവിശേഷം മനസ്സിലാക്കുന്നതിനായി അദ്ദേഹത്തിന്റെ പിതാവായ താണു മലയ പെരുമാൾ മുതൽ അദ്ദേഹത്തിന്റെ പത്താം തലമുറയിലെ പിൻഗാമിയും ഇന്നു ജീവിച്ചിരിപ്പുള്ള റിട്ട. അദ്ധ്യാപകൻ കെ പി വരദരാജൻ വരെയുള്ളവരുടെ പേരുകൾ സാന്ദർഭികമായി ഇവിടെ ചേർക്കുന്നു.

1. ശ്രീ. താണുമലയ പെരുമാൾ
2. ശ്രീ. അനന്തപത്മനാഭൻ നാടാർ
3. ശ്രീ. അയ്യൻ പെരുമാൾ
4. ശ്രീ. മായകൊണ്ടപെരുമാൾ
5. ശ്രീ. അനന്ദനെന്ന അരുതൻ
6. ശ്രീ. മായകൊണ്ട പെരുമാൾ
7. ശ്രീ. പൊന്നു പെരുമാൾ

8. ശ്രീ. മായകൊണ്ടൻ (ജോസഫ്)
9. ജോസഫ് അപ്പാവു
10. ശ്രീ. പൊന്നു മുത്തുനാടാർ
11. ശ്രീ. കെ പി വരദരാജൻ

അനന്തപത്മനാഭൻ നൂറ്റിയെട്ട് ആയോധന കേന്ദ്രങ്ങളുടെയും അധിപനായി കഴിയുന്ന കാലത്താണ് വേണാട്ടിൽ അധികാരത്തർക്കമുണ്ടാകുന്നതും മാർത്താണ്ഡവർമ്മ ഒളിവിൽ പോകുന്നതും. തന്റെ ഒളി ജീവിത കാലത്താണ് മാർത്താണ്ഡവർമ്മ അനന്തനുമായി സൗഹൃദം സ്ഥാപിക്കുന്നത്. എന്തുകൊണ്ട് ഈ അവസരം തെരഞ്ഞെടുത്തു? അനന്തപത്മനാഭന്റെ ബന്ധുവായിരുന്നു മാർത്താണ്ഡവർമ്മയെങ്കിൽ ഈ സൗഹൃദം നേരത്തേ ആകാമായിരുന്നില്ലേ? അല്ല, അനന്തപത്മനാഭനും മാർത്താണ്ഡവർമ്മയും തമ്മിൽ എന്തെങ്കിലും ബന്ധമുണ്ടായിരുന്നോ? രക്തബന്ധം? അതറിയണമെങ്കിൽ കുറച്ചുകൂടി പുറകിലോട്ട് പോകേണ്ടിയിരിക്കുന്നു. ഗോവർദ്ധനമാർത്താണ്ഡനുശേഷം അധികാരത്തിൽവന്ന രാമവർമ്മയുടെ കാലത്തോടെ വേണാട്ടിൽ ക്ഷത്രിയഭരണം ആരംഭിക്കുകയായി. ദ്രാവിഡനായ ഒരു നാടുവാഴി ക്ഷത്രിയനായി ഉയർത്തപ്പെടുമ്പോൾ എന്താണു സംഭവിക്കുന്നത്? മാനവ ബന്ധങ്ങൾ അതോടെ കീഴ്മേൽ മറിയുന്നു. ക്ഷത്രിയനായി ഉയർത്തപ്പെടുന്ന നാടുവാഴി ഒരു പുതിയ ജീവിയായി മാറുകയാണ്. ക്ഷത്രിയത്വം നേടിയതോടെ അയാൾ പുതുജീവിയായെന്നു പൗരോഹിത്യം പ്രഖ്യാപിക്കുകയും അതു ഏറ്റുപിടിച്ചുകൊണ്ട് അയാൾ തന്റെ കുടുംബവുമായുള്ള എല്ലാ ബന്ധങ്ങളും വിച്ഛേദിക്കുകയും ചെയ്യുന്നു. പിന്നെ അയാളെ നയിക്കുകയും നിയന്ത്രിക്കുകയും ചെയ്യുന്നത് സർവ്വശക്തമായ ബ്രാഹ്മണ പൗരോഹിത്യമാണ്. അതിൽ അയാൾ അഭിമാനം കൊണ്ടിരുന്നു. അതിൽ അഭിമാനം കൊള്ളാൻ വേണ്ടതൊന്നും ഇല്ലെന്നും തന്റെ പൈതൃകം ഒട്ടും മോശമല്ലെന്നും മനസ്സിലാക്കാനുള്ള ബോധം ആ നാടുവാഴികൾക്കില്ലാതെ പോയി. ആര്യന്മാരുടെ വെളുത്ത തൊലിയും മന്ത്രതന്ത്രകുതന്ത്രങ്ങളുമൊക്കെ കണ്ടപ്പോൾ അവർ തങ്ങളെക്കാൾ ശ്രേഷ്ഠരാണെന്നു സമ്മതിച്ചുകൊടുത്ത നാടുവാഴിത്തം അവരോട് കൂട്ടുകൂടുക മാത്രമല്ല ചെയ്തത്. തങ്ങളുടെ മാതൃകുടുംബവുമായുള്ള എല്ലാ ബന്ധങ്ങളും വിച്ഛേദിക്കുകയും ചെയ്തു. അഷ്ടിക്കു വകയില്ലാതെ കഴിഞ്ഞിരുന്ന ഒരു ദരിദ്രവാസി ഏതോവഴിക്ക് കുറേ ധനമുണ്ടായിക്കഴിഞ്ഞാൽ പിന്നെ അയാൾ സമ്പന്നന്മാരുമായി ബന്ധം സ്ഥാപിക്കുകയും തന്റെ പൈതൃകത്തെ തള്ളിപ്പറയുകയും ചെയ്യുന്ന പ്രവണത സാമൂഹിക ജീവിത്തിലെ പതിവു കാഴ്ചയാണ്. അതുപോലെ ജാതീയമായ ഉച്ചനീചത്വങ്ങൾ ഉണ്ടാകുമ്പോൾ മേൽജാതിക്കാരാകാനുള്ള പ്രവണത മനുഷ്യസഹജമാണ്. കേരള ചരിത്രത്തിൽ നിന്നുതന്നെ ഒരുദാഹരണം ചൂണ്ടിക്കാണിക്കാം.

കേരളത്തിലെ നായർ പട്ടാളവുമായി ബന്ധപ്പെട്ട് കുറേ പുലയർക്ക്

നേരിട്ട് നായരായി പ്രൊമോഷൻ ലഭിച്ച കാര്യം ആർ നാരായണപ്പണിക്കരുടെ *ആദി കേരള ചരിത്രം* എന്ന ഗ്രന്ഥത്തിലും കെ പി പത്മനാഭമേനോന്റെ *കൊച്ചി രാജ്യ ചരിത്രം* എന്ന ഗ്രന്ഥത്തിലും വിവരിച്ചിട്ടുണ്ട്. അത് ഇപ്രകാരമാണ്.

മട്ടാഞ്ചേരിയിലും കൊച്ചിപട്ടണത്തിലും ഒരു കാലത്ത് ഇടപ്പള്ളി സ്വരൂപത്തിനും അവകാശമുണ്ടായിരുന്നു. ഈ അവകാശത്തർക്കം മൂത്ത് കൊച്ചിയും ഇടപ്പള്ളിയും തമ്മിൽ യുദ്ധമുണ്ടായി. ഇടപ്പള്ളി സാമൂതിരിയുടെ സഹായവും കൊച്ചി പോർച്ചുഗീസുകാരുടെ സഹായവും അഭ്യർത്ഥിച്ചു. 1500-ാമാണ്ടിനു ശേഷമായിരുന്നു അത്. തൽഫലമായി കൊച്ചിയും സാമൂതിരിയും തമ്മിലായി യുദ്ധം. യുദ്ധം തുടങ്ങിയപ്പോൾ പോർച്ചുഗീസു നാവികനായ അൽബുക്കെർക്ക് പച്ചിക്കോവിനെ കൊച്ചിയിൽ വിട്ടേച്ചു പോയി. സാമൂതിരി പല ഉപായങ്ങളും പ്രയോഗിച്ചുകൊണ്ടിരുന്നു. ചേറ്റുവാക്കടവ് കടന്നിട്ട് കൊച്ചിയെ ആക്രമിക്കുകയായിരുന്നു സാമൂതിരിയുടെ ലക്ഷ്യം. പക്ഷേ, അതിനുള്ള പല ഉദ്യമങ്ങളും വിഫലമാവുകയാണുണ്ടായത്. ഒടുവിൽ 1504 ൽ പള്ളുരുത്തി കടക്കുന്നതിന് സാമൂതിരിയുടെ നായർപ്പട്ടാളം ഒരു രഹസ്യശ്രമം നടത്തി. രണ്ടായിരത്തോളം പേർ ഉൾപ്പെട്ടതായിരുന്നു ആ നായർപ്പട. അവർ നടന്നു നീങ്ങുമ്പോൾ വളരെ അപ്രതീക്ഷിതമായി കുറെ പുലയർ കൂട്ടംകൂടി തങ്ങളുടെ പണിയായുധങ്ങളുമായി നായർപ്പട്ടാളത്തെ എതിർത്തു. പുലയർ അപ്പോഴത്തേക്കും അധഃകൃതർ ആയിക്കഴിഞ്ഞിരിരുന്നുവെങ്കിലും. കൊച്ചിയെ രക്ഷിക്കുന്നതിൽ അവർ പ്രതിജ്ഞാബദ്ധരായിരുന്നു. പുലയരുടെ അവിചാരിതവും അപ്രതീക്ഷിതവുമായ എതിർപ്പുകണ്ട് സാമൂതിരിയുടെ ശേഷിച്ച സൈന്യം ജീവനും കൊണ്ടോടി. പുലയരുടെ സമരവീര്യം കണ്ട് അത്ഭുതപരതന്ത്രനായ പച്ചിക്കോവിന്റെ അഭ്യർത്ഥന മാനിച്ച് ആ പുലയർക്ക് നായന്മാർ സഞ്ചരിക്കുന്ന വഴികളിലൂടെ സഞ്ചരിക്കാനും ആയുധങ്ങൾ ധരിച്ചു നടക്കാനുമുള്ള അവകാശം കൊടുത്തു. അങ്ങനെ അവരും അവരുടെ ബന്ധുമിത്രാദികളും ഉൾപ്പെടെ കുറേയധികം ആളുകൾ കൊച്ചീ രാജാവിന്റെ കല്പന പ്രകാരം നായന്മാർക്കു തുല്യരായി. അവരുടെ സന്തതി പരമ്പരകൾ പുലയരെന്നു പറയാൻ കൂട്ടാക്കിയില്ല. അവർ നായർ എന്നു പറഞ്ഞുതുടങ്ങി. അവരുടെ പിന്മുറക്കാർ ഇപ്പോഴും വടക്കൻ തിരുവിതാംകൂറിലും കൊച്ചിയിലും നായന്മാരായി കഴിയുന്നു. ഇതിനു സമാനമായ കാര്യമാണ് വേണാട്ടിലും സംഭവിച്ചത്. ക്ഷത്രിയരായി ഉയർന്ന നാടാർ രാജാക്കന്മാരുടെ പിന്മുറക്കാർ ക്ഷത്രിയരായിത്തന്നെ കഴിഞ്ഞു. നാടാരെന്നുപറയാൻ അവർ കൂട്ടാക്കിയില്ല. ആ വർഗ്ഗത്തിൽപ്പെട്ട രാജകുടുംബക്കാർ അല്ലാത്തവർ നാടാരായും കഴിഞ്ഞു. ക്ഷത്രിയത്വത്തിലേക്കു 'ഉയർന്ന' എല്ലാ രാജകുടുംബങ്ങളും തങ്ങളുടെ പൂർവ്വചരിത്രം രഹസ്യമായിത്തന്നെ സൂക്ഷിച്ചു.

എന്നാൽ പിതൃകുടുംബത്തിൽപ്പെട്ട അപൂർവ്വം ചില നാടാന്മാർക്ക് സാമാന്യം ഉയർന്ന സ്ഥാനമാനങ്ങളും ലഭിച്ചിരുന്നു. അക്കൂട്ടത്തിൽപ്പെട്ട

ഒരാളാണ് ശ്രീ. അനിഴം തിരുനാൾ മാർത്താണ്ഡവർമ്മയുടെ വലിയ പടത്തലവനായിരുന്ന അനന്തപത്മനാഭൻ നാടാരെന്ന കാര്യം മുമ്പു സൂചിപ്പിച്ചു. അതങ്ങനെ പറഞ്ഞാൽ മതിയോ? അതിനു തെളിവു വേണ്ടേ? വേണം. അതിനുള്ള തെളിവുകളാണ് ഇന്നും നശിച്ചുപോകാതെ കാത്തുസൂക്ഷിച്ചുപോരുന്ന അനന്തപത്മനാഭന്റെ ശവകുടീരവും അദ്ദേഹത്തിനു മാർത്താണ്ഡവർമ്മ മഹാരാജാവ് കരമൊഴിവായിക്കൊടുത്ത ഭൂമിയുടെ വിവരങ്ങൾ പ്രതിപാദിക്കുന്ന ചെമ്പുപട്ടയങ്ങളും.

ഇന്നത്തെ കന്യാകുമാരി ജില്ലയിൽ (തമിഴ്നാട്) മാർത്താണ്ഡം-തക്കല റോഡിന്റെ പടിഞ്ഞാറു ഭാഗത്തു ഉണ്ടായിരുന്ന പള്ളിമേടത്തറവാടിന്റെ തിരുമുറ്റത്തു ഈ അനന്ത പത്മാഭൻനാടാരുടെ ശവകുടീരം ഇന്നും കാണാവുന്നതാണ്. ആ ശവകുടീരത്തിന്റെ പുറത്ത് ഇപ്രകാരം രേഖപ്പെടുത്തിയിരിക്കുന്നു.

> 'സേരകുല അയ്യൻ തിരുവടികൾ പരമ്പര ശ്രീ വീരതാണു അനന്തപത്മനാഭൻ നാടാർ വേണാട്ടിൽ മുതൽമൈ സേനാപതി ശ്രീവീരരവി ബാലരാമമാർത്താണ്ഡവർമ്മാവിൻ അന്തരംഗം. ആലോചകൻ" അനന്തപത്മനാഭൻ നാടാർ അയ്യനടികൾ തിരുവടികളുടെ പിന്മുറക്കാരനാണെന്നതിന് ഇതില്പരം ഒരു തെളിവിന്റെ ആവശ്യമുണ്ടോ? (സേരകുല - ചേരകുല)

"അയ്യനടികളുടെ പിൻമുറക്കാരനാണെന്നു സമ്മതിക്കാൻ. എന്നാൽ മാർത്താണ്ഡവർമ്മയുടെ ബന്ധുവാണെന്നതിനു എന്താണ് തെളിവ്?" എന്നൊരു ചോദ്യമുണ്ടാകാം. അതിനു തെളിവായി ശ്രീ അനന്തപത്മനാഭൻ കരമൊഴിവായി നല്കിയ ഭൂമിയുടെ വിവരങ്ങൾ പ്രതിപാദിക്കുന്ന ചെപ്പേടുകളിലൂടെ ഒന്നു കണ്ണോടിച്ചാൽ മതി. അതിൽ ഇപ്രകാരം രേഖപ്പെടുത്തിയിരിക്കുന്നു.

> നീ നമ്മുടെ ഉറ്റ പെന്തുവും വലങ്കയ്യുമായി ഊണും ഉറക്കവും ഒളിന്തു നമ്മുടെ കുണദോഷങ്ങളിൽ പങ്കുകൊണ്ടും ഒരു മെയ്യായി നിന്റെ ചത്തുരുനിക്കിരകത്തിനും പടയോട്ടങ്കളുക്കും മനസ്ശരിന്തു ചകായിച്ചും പലപൊഴുതും നമ്മുടെ ജീവനെ രക്ഷിക്കുവന്നിരുന്ത മകിമയെയ്യും തീരതയെയും അടിസ്ഥാനമാക്കി നമുക്കുണ്ടാകിന അതിരറ്റ സന്തോഷത്തിനാൽ കരമൊഴിവാക വിട്ടുതന്നിരിക്കിറേൻ. വടക്കേ പത്മനാഭപുരത്തിൽ പേച്ചിപ്പാറെയ്ക്കു തൊട്ടു വടക്കു 8000 തണ്ണു നീളവും 8000 തണ്ണു വീതിയും 32000 തണ്ണു ചുറ്റളവും ഉള്ള വലിയ ഏലാവും അതിനെ ചുറ്റിച്ചുഴഞ്ഞുള്ള നാലുകരയും കൊണ്ട തുടലിക്കാട്ടു വിളയും ഉൾപ്പെടെ 108000 പറൈവിത്തുപാടുകൊണ്ടുള്ള പൂമി മുഴുവൻ കരമൊഴിവായി തന്തിരിക്കിറേൻ.

നാടാരെ രാജബന്ധുവായി കാണാൻ മനസ്സില്ലാത്ത സ്ഥാപിതതാ

ല്പര്യക്കാർ ഇവിടെയും തർക്കമുഖങ്ങൾ കൊണ്ടുവരുന്നു. അവരുടെ അഭിപ്രായത്തിൽ 'പെന്തു' (ബന്ധു) എന്ന വാക്കിനു രക്തബന്ധം എന്നു മാത്രമല്ല അർത്ഥം. സ്നേഹിതൻ, സഹായി എന്നിങ്ങനെ വിവിധാർത്ഥ ങ്ങളുണ്ട്. അതിനാൽ മാർത്താണ്ഡവർമ്മയുടെ സ്നേഹിതനോ സഹാ യിയോ ആയിരുന്നുവെന്നാണ് പെന്തു എന്ന പദം കൊണ്ട് വിവക്ഷിക്കു ന്നത്. (ഇതിനുള്ള മറുപടി ഒന്നാം അദ്ധ്യായത്തിൽ പറഞ്ഞിട്ടുണ്ട്).

മാർത്താണ്ഡവർമ്മ മഹാരാജാവിന്റെ അന്തരംഗം ആലോചകനായി രുന്നു അനന്തപത്മനാഭൻ.

ആര്യവല്ക്കരണമെന്നത് എന്തായിരുന്നു?

ക്രിസ്തുവർഷാരംഭത്തിന് മുമ്പ് തന്നെ ആര്യന്മാർ കേരളത്തിൽ എത്തിപ്പെട്ടിരുന്നെങ്കിലും ആര്യസംസ്കാരം കേരളത്തിൽ വൻതോതിൽ പ്രചരിച്ചുതുടങ്ങിയത് അഞ്ചാം ശതകത്തോടുകൂടിയാണെന്നാണ് പൊതുവെ കരുതിപ്പോരുന്നത്. എട്ടാം നൂറ്റാണ്ടിൽ ഒടുവിൽ പ്രബലന്മാരായ ഒരു വിഭാഗം ബ്രാഹ്മണർ ഇവിടെ എത്തിപ്പെടുകയും ആധിപത്യം സ്ഥാപിക്കുന്നതിനുവേണ്ടി തങ്ങൾ മുമ്പുവന്ന ബ്രാഹ്മണരേക്കാൾ ശ്രേഷ്ഠരാണെന്നു സ്വയം പ്രഖ്യാപിക്കുകയും ചെയ്തു. അവരാണ് നമ്പൂതിരിമാർ അഥവാ കേരള ബ്രാഹ്മണർ. നമ്പൂതിരിമാരും മറ്റു ബ്രാഹ്മണരും തമ്മിൽ ആചാരാനുഷ്ഠാനങ്ങളിൽ ചില വ്യത്യാസങ്ങൾ കാണുന്നുണ്ട്. അവ ഇനി പറയുന്നവയാണ്.

1. അഗ്നിഹോത്രി കർമ്മങ്ങൾ നമ്പൂതിരിമാരെപ്പോലെ വിപുലമായ തോതിൽ മറ്റു ബ്രാഹ്മണർ നടത്തിയിരുന്നില്ല.

2. ഷോഡശ സംസ്കാരങ്ങളുടെ കൂട്ടത്തിൽ 'ഔപസനാഗ്നി' സ്വീകാരം നമ്പൂതിരിമാരുടെയിടയിൽ ഒരു ചടങ്ങാണ്. അഗ്നി വൈദിക കാലത്തുതന്നെ ഒരു ദേവതയുടെ സ്ഥാനം പിടിച്ചിട്ടുള്ളതാണ്. ഋഗ്വേദത്തിലെ മിക്ക ഋക്കുകളും അഗ്നിയെ പരാമർശിക്കുന്നതാണ്. നമ്പൂതിരിമാർ അഗ്നിയോട് കൂടുതൽ ബന്ധമുള്ളവരാണ്. മറ്റു ബ്രാഹ്മണർ അങ്ങനെയല്ല.

3. നമ്പൂതിരിമാർ വേദപഠനത്തിനും വൈദികജീവിതത്തിനും അധിക പ്രാധാന്യം കല്പിക്കുന്നു. നമ്പൂതിരിമാരുടെ വേദോച്ചാരണം ഇന്നും വൈദികരീതിയിൽത്തന്നെയാണ്. മറ്റു ബ്രാഹ്മണർ ഇക്കാര്യത്തിലും വ്യത്യസ്തരാണ്.

4. ഉപനയനം ചെയ്യേണ്ട സമയത്ത് അത് ചെയ്യാത്തവർക്ക്

'വ്രാസ്ത്യസ്തോമം' എന്നൊരു പ്രായശ്ചിത്തം നമ്പൂതിരിമാരുടെയിടയിൽ നിലവിലുണ്ട്. മറ്റു ബ്രാഹ്മണരുടെ ഇടയിൽ ഇല്ല.

5. ഒരു കുടുംബത്തിൽ മൂത്ത പുരുഷൻ മാത്രമേ വേളി കഴിച്ചിരുന്നുള്ളൂ.

6. മൂന്നു വേദങ്ങൾ മാത്രമേ നമ്പൂതിരിമാർ സ്വീകരിക്കുന്നുള്ളൂ.

7. നമ്പൂതിരിമാർ ഒറ്റപ്പൂണൂലേ ധരിക്കുകയുള്ളൂ.

ബ്രാഹ്മണർ വളർന്നു രാജാക്കന്മാരെ വാഴിക്കുകയും നിയന്ത്രിക്കുകയും ചെയ്യുന്ന കാലമെത്തിയപ്പോൾ കാറ്റിന്റെ ഗതി മാറുന്നത് ഇവിടത്തെ പഴയ രാജസേവകർ മനസ്സിലാക്കി. പഴയ ദ്രാവിഡ രാജാക്കന്മാർ ക്ഷത്രിയരായി ഉയർന്നു. അവർ അരചരായി. പാണന്മാർ ബ്രാഹ്മണരായി മാറി. വണിക്കുകളെ പ്രോത്സാഹിപ്പിച്ച് അവരെ വണിജരാക്കി. ബ്രാഹ്മണരോട് എതിർത്തു നില്ക്കാനാവാതെ പലരും നാടുവിട്ടു. ചിലർ കാടുകയറി. പുതിയ ക്ഷത്രിയ രാജാക്കന്മാരെയും ബ്രാഹ്മണരെയും സേവിക്കുന്നതാണ് ഗുണകരമെന്നു പഴയ രാജസേവകർ മനസ്സിലാക്കി. അതുകൊണ്ട് അവർ പുതിയ യജമാനന്മാരുടെ സേവകരായി മാറി. അവർ വിനയവും വിധേയത്വവും പ്രകടിപ്പിച്ചു. ബ്രാഹ്മണൻ ക്രൂരമായി പെരുമാറിയപ്പോഴും അവർ തങ്ങളുടെ പ്രാപ്തിയും കൂറും തെളിയിച്ചുകൊണ്ട് അവർക്ക് കീഴ്പ്പെട്ടു നിന്നു. മാത്രമല്ല, തങ്ങളുടെ സഹോദര സമുദായങ്ങളായ പുലയർ, പറയർ, കുറവർ മുതലായവരെ അടിച്ചൊതുക്കുന്നതിനു ബ്രാഹ്മണർക്ക് കൂട്ടു നില്ക്കുകയും ചെയ്തു. ക്രമേണ ചില സാമൂഹിക പ്രശ്നങ്ങൾ കൈകാര്യം ചെയ്യുന്നതിന് അവരെ നിയോഗിക്കുകയും നായകൻ എന്ന സ്ഥാനപ്പേരു കൊടുക്കുകയും ചെയ്തു. നായകൻ പിന്നീട് നായരായി മാറി. അങ്ങനെ നായകരായി ഉയർന്നപ്പോൾ തങ്ങൾ ഇവിടുത്തെ മറ്റു ദ്രാവിഡരേക്കാൾ ശ്രേഷ്ഠരാണെന്നു അവർക്കു തോന്നുകയും സഹോദരസമുദായങ്ങളിൽനിന്ന് അകല്ച പാലിക്കുകയും ചെയ്തു. ക്ഷത്രിയരായി ഉയർത്തപ്പെട്ട നാടുവാഴികളും അതുതന്നെയാണു ചെയ്തത്. ക്രമേണ നായർ ഒരു ജാതിയായി മാറി. പന്ത്രണ്ടാം നൂറ്റാണ്ടോടുകൂടിയായിരുന്നു അത്. അതുകൊണ്ടാണ് പന്ത്രണ്ടാം നൂറ്റാണ്ടിനുമുമ്പുള്ള രേഖകളിൽ നായരെപ്പറ്റി പരാമർശമൊന്നും കാണാത്തത്. പന്ത്രണ്ടാം നൂറ്റാണ്ടിനുശേഷമുള്ള രേഖകളിലും ആ സമുദായത്തെ കാണിക്കുന്നതിനു നായർ എന്ന പദം വളരെ വിരളമായിട്ടേ പ്രയോഗിച്ചു കാണുന്നുള്ളൂ. ശൂദ്രൻ എന്ന വാക്കാണ് വ്യാപകമായി ഉപയോഗിച്ചിട്ടുള്ളത്. എന്താണതിനു കാരണം? നായർ ദ്രാവിഡരുടെയിടയിൽ നിന്ന് പരിണമിച്ചുണ്ടായ ഒരു ജനവിഭാഗവും ശൂദ്രർ ചാതുർവർണ്യ വ്യവസ്ഥിതിയിലെ നാലാമത്തെ ജാതിയുമാണ്. (ബ്രാഹ്മണൻ, ക്ഷത്രിയൻ, വൈശ്യൻ, ശൂദ്രൻ എന്നീ വിഭജനം ഏവർക്കും അറിവുള്ളതാണല്ലോ) ആര്യ ബ്രാഹ്മണർക്ക് വേണ്ട ഒത്താശകൾ ചെയ്തുകൊടുക്കുകയും അവരുടെ സേവകരായി സ്വയം മാറുകയും ചെയ്തതുകൊണ്ട് നായർക്ക് ശൂദ്രനെന്ന പദവി കൊടുത്തുവെന്നാണ് പൊതുവെ അംഗീകരിച്ചു പോരുന്നത്.

എന്നാൽ കാര്യങ്ങൾ വിശദമായി പഠിച്ചുകഴിഞ്ഞാൽ സംഗതി അങ്ങനെയല്ലെന്ന് മനസ്സിലാകും. കേരളത്തിലെത്തിയ ആര്യ ബ്രാഹ്മണർ നാടുവാഴികളെ ക്ഷത്രിയരാക്കി ഉയർത്തുകയും വ്യവസായ വാണിജ്യങ്ങളിൽ ഏർപ്പെട്ടിരുന്നവരെ ഉത്തരേന്ത്യയിലേക്കുള്ള വാതായനങ്ങൾ തുറന്നുകൊടുത്തും അല്ലാതെയും വണിജരാക്കി മാറ്റുകയും ചെയ്തിട്ടും മൂന്നു വർണ്ണങ്ങൾ ഉണ്ടാക്കുവാനേ കഴിഞ്ഞുള്ളൂ. ചാതുർവർണ്യ വ്യവസ്ഥിതി കേരളക്കരയിലും നടപ്പാക്കാനായിരുന്നു ആര്യ ബ്രാഹ്മണരുടെ ശ്രമം. അപ്പോൾ സ്വാഭാവികമായും നാലാമത്തെ ജാതിയായ ശൂദ്രനെവിടെ എന്ന ചോദ്യമുണ്ടാകുമല്ലോ. അതുകൊണ്ട് ദ്രാവിഡവിഭാഗമായ നായർക്കു ശൂദ്രനെന്ന പേരു കൊടുത്തുകൊണ്ട്, ചാതുർവർണ്യത്തിന് അടിത്തറയിട്ടു. അല്ലാതെ നായർ ഒരിക്കലും ശൂദ്രനല്ല.

ഏതായാലും ഒരു കാര്യം വ്യക്തമാണ്. കേരളത്തിലെ നായന്മാരും ക്ഷത്രിയരും എങ്ങുനിന്നും വന്നു കയറിയവരല്ല. അവർ ഇവിടെത്തന്നെ ഉണ്ടായിരുന്നവരാണ്. ആര്യാധിനിവേശത്തിനു മുമ്പ് ഇവിടെയുണ്ടായിരുന്ന ദ്രാവിഡ നാടുവാഴികൾ ക്ഷത്രിയരായും അവരുടെ ആശ്രിതരായിരുന്നവർ പുതിയ ഭരണവർഗ്ഗത്തിന്റെയും ആര്യബ്രാഹ്മണരുടെയും ആശ്രിതരായി മാറുകയും ചെയ്തു.

നായർ സമുദായവും ആധുനിക കേരളത്തിലെ ക്ഷത്രിയ രാജാക്കന്മാരും വെളിരാജ്യങ്ങളിൽനിന്നുവന്നു കയറിയവരാണെന്ന ഒരു സിദ്ധാന്തം ഇപ്പോൾ പ്രചരിക്കുന്നുണ്ട്. അതിനു വസ്തുതകളുമായി യാതൊരു ബന്ധവുമില്ല. ദ്രാവിഡരിൽനിന്നു പരിണമിച്ചുണ്ടായവരാണ് ആധുനികകാലത്തിലെ രാജാക്കന്മാരെന്നു സമ്മതിക്കാനുള്ള മനസ്സില്ലായ്മയാണ് അങ്ങനെ ചിന്തിക്കാൻ പ്രേരിപ്പിക്കുന്നത്. അതുപോലെ നായന്മാരും ഇവിടെത്തന്നെ ഉണ്ടായിരുന്നവരാണ്.

നായർ ഇങ്ങനെ വരേണ്യവർഗ്ഗമായിയെന്നു അവൻ വിചാരിച്ചുവെങ്കിലും നമ്പൂതിരിയുടെ മുന്നിൽ പഞ്ചപുച്ഛമടക്കിക്കൊണ്ടല്ലാതെ അവനു നില്ക്കാൻ കഴിയുമായിരുന്നില്ല. അവർണ്ണരായ മറ്റു ദ്രാവിഡ വിഭാഗങ്ങളെപ്പോലെ 'ഞാൻ' എന്നു പറയാൻ അവനും അനുവാദം ഉണ്ടായിരുന്നില്ല. അവന്റെ ആഹാരം കരിക്കാടിയായിരുന്നു. അവന്റെ മനസ്സ് 'പഴമനസ്സാ'യിരുന്നു. അവന്റെ വീട് കുടിയോ കുപ്പമാടമോ ആയിരുന്നു. അവന്റെ ആഹാരത്തെ കരിക്കാടിയെന്നും വീടിനെ കുപ്പമാടമെന്നും പറഞ്ഞിരുന്നതു വെറുതെയായിരുന്നില്ല. വേണാട്ടിലെന്നല്ല കേരളത്തിലുടനീളം അക്ഷരാർത്ഥത്തിൽ അവ അങ്ങനെതന്നെയായിരുന്നു. അങ്ങനെയാകാനേ പാടുണ്ടായിരുന്നുള്ളൂ. അതിനെപ്പറ്റി ശ്രീ പി കെ ഗോപാലകൃഷ്ണൻ തന്റെ കേരളത്തിന്റെ സാംസ്കാരികചരിത്രം എന്ന പുസ്തകത്തിൽ ഇപ്രകാരം പറഞ്ഞിരിക്കുന്നു.

> ഏതു ജീവിതനിലവാരമാനദണ്ഡം വച്ചുനോക്കിയാലും അല്പഭക്ഷണക്കാരായി 'മാളിക-ക്കൂര'കളിൽ കഴിയുന്ന ഒരു വിചിത്ര പ്രഭു

> വർഗ്ഗം. ഞണ്ടും ഞവണിയും കാട്ടുകിഴങ്ങുകളും തിന്ന് അദ്ധ്വാന വർഗ്ഗത്തിന്റെ ചുമലിൽ പകുതി മാത്രം നിറഞ്ഞ വയറുമായി വിശ്രമ പ്രൗഢി അനുഭവിക്കുകയും ശ്രേഷ്ഠതാഭാവം നിലനിർത്തുകയും ചെയ്യുന്ന ഒരു സാമൂഹിക ക്രമമായിരുന്നു. ഇവരുടേത്. (*കേരളത്തിന്റെ സാംസ്കാരിക ചരിത്രം* - ശ്രീ പി കെ ഗോപാലകൃഷ്ണൻ പുറം 106)

മാളികക്കൂരയെന്ന പ്രയോഗം വെറും ആലങ്കാരികമല്ല. അക്ഷരാർത്ഥത്തിൽ അതു അങ്ങനെതന്നെയായിരുന്നു. തന്റെ *കൊച്ചിരാജ്യ ചരിത്ര*മെന്ന പുസ്തകത്തിൽ ശ്രീ കെ പി പത്മനാഭമേനോൻ പറയുന്നതു നോക്കുക. "നായരുടെ ആഹാരം വളരെ മോശമായിട്ടാണ്. അവരുടെ വീടുകൾക്ക് പരമ്പുകൊണ്ടും മണ്ണുകൊണ്ടും ചുമരും ഓല മേല്ക്കൂരയുമായിരുന്നു. വീടുകളും വീട്ടുസാധനങ്ങളും തീരെ മോശമായിരുന്നു." തലമുറകൾ കഴിഞ്ഞപ്പോഴാണു നായർ സമുദായത്തിനു ബഹുമാന്യ പദവി കൈവന്നത്.

ആര്യവല്ക്കരണത്തോടെ അതുവരെ നിലനിന്ന മാവേലിനാട് തലകീഴായി മറിഞ്ഞു. സവർണ്ണരെന്നും അവർണ്ണരെന്നും രണ്ടു വിഭാഗമുണ്ടായി. ഭരിക്കുന്നവരും ഭരിക്കപ്പെടുന്നവരും. ക്ഷത്രിയരായി മാറാൻ താല്പര്യമില്ലാതിരുന്ന പഴയ രാജാക്കന്മാർ യാചകരായി മാറി. വിരുന്നു വന്നവർ വീട്ടുകാരായി. വീട്ടുകാരൻ വീട്ടിനു പുറത്തായി. അവർ ദളിതരായും പിന്നാക്കവിഭാഗമായും മാറി.

പുതുതായി രൂപം കൊണ്ട നായർ സമുദായത്തെ ശൂദ്രർ എന്നു വിളിച്ച് ചാതുർവർണ്യ വ്യവസ്ഥിതിയുടെ ഭാഗമാക്കി. ചാതുർവർണ്യവ്യവസ്ഥിതിയിൽ പെടാത്തവർ പഞ്ചമരായി മാറി. അതിനിടയിൽ രാജാക്കന്മാർ ഉൾപ്പെടെ അനേകം ആളുകളെ കൊന്നൊടുക്കുകയും ചെയ്തിരുന്നു.

വേണാടിന്റെ ആദ്യകാല ചരിത്രം

എ ഡി 800-ാം ആണ്ടടുപ്പിച്ച് കുലശേഖരവർമ്മയുടെ നേതൃത്വത്തിൽ ചേരശക്തി പുനഃസ്ഥാപിതമായപ്പോൾ ചേരസാമ്രാജ്യത്തിലെ തെക്കേ അറ്റത്തെ നാടായിരുന്നു വേണാട്. കൊല്ലം, കൊട്ടാരക്കര, ചിറയിൻകീഴ് എന്നീ താലൂക്കുകളും തിരുവനന്തപുരം നെടുമങ്ങാട് താലൂക്കുകളുടെ ഏതാനും ഭാഗങ്ങളും ചേർന്നതായിരുന്നു അന്നത്തെ വേണാട്.

കുലശേഖര സാമ്രാജ്യത്തിന്റെ പതനത്തോടെ, എ ഡി പന്ത്രണ്ടാം ശതകത്തിലാണ് വേണാട് രാഷ്ട്രീയമായി പ്രാധാന്യം നേടുന്നത്. പതിനൊന്നാം ശതകത്തിൽ വേണാട് ഭരിച്ചിരുന്നത് ഏതൊക്കെ രാജാക്കന്മാരാണെന്ന് അറിയാൻ നിർവ്വാഹമില്ല. ആര്യന്മാർ ക്ഷത്രിയപ്പട്ടം നല്കി ബഹുമാനിച്ച രാമവർമ്മയോടുപോലും അവർ ധാർഷ്ട്യത്തോടെയാണ് പെരുമാറിയിരുന്നത്. ഊരാളരായ നമ്പൂതിരിമാരോട് എന്തോ അപരാധം പ്രവർത്തിച്ചുവെന്ന പേരിൽ അവർ അദ്ദേഹത്തെക്കൊണ്ട് കൊല്ലത്തെ രാമേശ്വരം ക്ഷേത്രത്തിലേക്കു കുറെ ഭൂമി പ്രായശ്ചിത്തം നല്കിച്ചതായി ആ ക്ഷേത്രത്തിലെ 1102 (എ ഡി യിലെ ഒരു ശാസനത്തിൽ പറയുന്നുണ്ട്. കേരളത്തിലെ ഒരു രാജാവ് ആര്യബ്രാഹ്മണരുടെ (നമ്പൂതിരി ജന്മിമാരുടെ) ആജ്ഞയ്ക്കു വഴങ്ങാൻ നിർബ്ബന്ധിതനാകുന്നതിന്റെ തുടക്കമായിരുന്നു അത്. അഭയാർത്ഥികളായിവന്ന ആര്യബ്രാഹ്മണർ അപ്പോഴേക്കും രാജ്യകാര്യങ്ങളിൽ അധികാരം ചെലുത്താൻ തക്ക അധ്യക്ഷ്യമായ സ്വാധീനശക്തി ഉള്ളവരായി മാറി. ചരിത്രപരമായി വലിയ പ്രാധാന്യമുള്ള ഒരു സംഭവമാണിത്.

അഭയാർത്ഥികളായിവന്ന ആര്യന്മാരെ കേരളക്കരയിൽ പ്രവേശിപ്പിക്കാതെ എതിർക്കാൻ ഏഴിമലയിലെ പുലയ രാജാവായ നന്നനെപ്പോലെ ഒന്നോ രണ്ടോ രാജാക്കന്മാരേ ഉണ്ടായിരുന്നുള്ളൂ. എല്ലാ രാജാക്കന്മാരും

നന്നനെപ്പോലെ പെരുമാറിയിരുന്നെങ്കിൽ ആര്യന്മാർക്ക് ഇവിടെ പ്രവേശിക്കാൻപോലും കഴിയില്ലായിരുന്നു. ഒറ്റയ്ക്കൊറ്റയ്ക്കു നിന്നെതിർത്ത പുലയരാജാക്കന്മാരെയും പറയരാജാക്കന്മാരെയും മാത്രമല്ല, ആര്യബ്രാഹ്മണർ അവസരം കിട്ടിയപ്പോൾ നശിപ്പിച്ചത്. ആ സമുദായങ്ങളെത്തന്നെ മുച്ചൂടും നശിപ്പിക്കുവാൻ ആര്യബ്രാഹ്മണർ മടിച്ചില്ല. അതുകൊണ്ടാണ് സമൂഹത്തിലെ ഉന്നതങ്ങളിൽ വിരാജിച്ചിരുന്ന പുലയരും പറയരും പിൻനിരയിലേക്ക് വലിച്ചെറിയപ്പെട്ടത്. ആധുനിക കാലത്തെ പുലയരും പറയരുമൊക്കെ വൃത്തിഹീനരും അപരിഷ്കൃതരുമായി മാറിയതുതന്നെ അവർ അടിമത്തത്തിന്റെ അഗാധഗർത്തങ്ങളിലേക്കു വലിച്ചെറിയപ്പെട്ടതുകൊണ്ടാണ്. സാമൂഹികവും സാമ്പത്തികവുമായി തകർന്നതുകൊണ്ടാണ് അവർ അപരിഷ്കൃതരും വൃത്തിഹീനരുമൊക്കെയായി മാറിയത്.

രാമവർമ്മയെ പിന്തുടർന്ന് വേണാട്ടിൽ അധികാരത്തിൽവന്നത് ഒരു കോതവർമ്മയാണ്. ഈ കോതവർമ്മ, രാമവർമ്മയുടെ മകനാണോ അല്ലയോ എന്ന കാര്യത്തിൽ ചരിത്രകാരന്മാരുടെയിടയിൽ അഭിപ്രായവ്യത്യാസമുണ്ട്. ഭൂരിപക്ഷം ചരിത്രകാരന്മാരും രാമവർമ്മയുടെ മകനാണ് കോതവർമ്മയെന്നു കരുതുന്നു. ഇദ്ദേഹം കോട്ടാറും നാഞ്ചിനാടിന്റെ സമീപപ്രദേശങ്ങളും പാണ്ഡ്യരിൽ നിന്നു പിടിച്ചെടുത്ത് വേണാടിനെ വിസ്തൃതമാക്കി. അദ്ദേഹത്തിനുശേഷം മക്കളായ കേരളവർമ്മ, രവി വർമ്മ, ആദിത്യവർമ്മ, മാർത്താണ്ഡവർമ്മ എന്നീ നാലുപേരും ഒന്നിനുപുറകെ ഒന്നായി വേണാട്ടിലെ രാജാക്കന്മാരായി.

അതിനുശേഷം രാജാവായത് ഒരു കോതകേരളവർമ്മയാണ് (1125–1155) അദ്ദേഹത്തിന് വീര കേരള വർമ്മയെന്നു കൂടി പേരുണ്ടായിരുന്നു. തിരുവനന്തപുരത്തെ ശ്രീ പത്മനാഭസ്വാമി ക്ഷേത്രത്തിന്റെ പുനർനിർമ്മാണം നിർവ്വഹിച്ച അദ്ദേഹം ശുചീന്ദ്രം ക്ഷേത്രത്തിനു കുറെ ഭൂമിദാനം ചെയ്യുകയും ശുചീന്ദ്രത്തിന് വീരകേരള ചതുർവേദി മംഗലം എന്ന പേരിടുകയും ചെയ്തു.

കോത കേരളവർമ്മയ്ക്കുശേഷം അധികാരത്തിൽ വന്നത് വീരരവിവർമ്മ (1155–1165) ആയിരുന്നു. ആദിത്യവർമ്മ (1165–1175) ആയിരുന്നു അടുത്ത വേണാട്ടു രാജാവ്. ആദിത്യവർമ്മയുടെ പിൻഗാമിയായി ഉദയമാർത്താണ്ഡവർമ്മ (1175–1195) അധികാരത്തിൽ വന്നു. കൊല്ലൂർമഠം ശാസനത്തിൽ ഇദ്ദേഹത്തെപ്പറ്റി ചില പരാമർശങ്ങളുണ്ട്. ഉദയമാർത്താണ്ഡവർമ്മയുടെ ആശ്രിതനായ ആദിച്ചരാമൻ ശ്രീപത്മനാഭസ്വാമി ക്ഷേത്രത്തിലെ തിരുവമ്പാടി കോവിലിൽ ഒരു വെള്ളിത്തുടി കാണിക്കയായി അർപ്പിച്ചതായി ഗോശാലാശാസനത്തിൽ (എ ഡി 1183) നിന്നു മനസ്സിലാക്കാം. ഗോശാലാ ശാസനം തന്നെയാണ് തിരുവമ്പാടി ശാസനം എന്ന പേരിലും അറിയപ്പെടുന്നത്. ഉദയമാർത്താണ്ഡവർമ്മയുടെ ഭരണകാലത്ത് വേണാടും പാണ്ഡ്യരാജ്യവും തമ്മിൽ വളരെയടുത്ത സൗഹൃദം സ്ഥാപിച്ചിരുന്നു. അദ്ദേഹത്തിന്റെ പുത്രി ത്രിഭുവനദേവിയെ പാണ്ഡ്യരാജാവായ

ശ്രീവല്ലഭൻ വിവാഹം കഴിച്ചു.

ഉദയമാർത്താണ്ഡവർമ്മയുടെ പിൻഗാമിയായിവന്നത് വീരരാമവർമ്മയാണ് (1195–1205) ഇദ്ദേഹം മണികണ്ഠരാമവർമ്മയെന്ന പേരിലും അറിയപ്പെട്ടിരുന്നു. വെള്ളായണി ശാസനത്തിൽ ഇദ്ദേഹത്തെപ്പറ്റി പറയുന്നുണ്ട്. അടുത്തതായി വേണാട്ടിൽ അധികാരത്തിൽ വന്നത് ദേവതരൻ കേരളവർമ്മയെന്നുകൂടി പേരുള്ള വീരരാമ കേരളവർമ്മയാണ്. (1205–1215) അദ്ദേഹത്തിന്റെ ഭരണകാലത്തു പുതിയ ക്ഷേത്രങ്ങൾ നിർമ്മിക്കുകയും ക്ഷേത്രഭരണത്തിനു പ്രത്യേക നിയമങ്ങൾ ഏർപ്പെടുത്തുകയും ചെയ്തു. വീരരാമകേരളവർമ്മയെ പിന്തുടർന്ന് രവികേരളവർമ്മ വേണാട്ട് രാജാവായി. (1215–1240) കണ്ടിയൂർ ശാസനത്തിലും (1281) മണലിക്കര ശാസനത്തിലും ഇദ്ദേഹത്തെപ്പറ്റിയുള്ള പരാമർശങ്ങളുണ്ട്. രവികേരളവർമ്മയുടെ കാലം മുതലാണ് നാഞ്ചിനാട്ടിലെ ക്ഷേത്രങ്ങളിൽ പൂജാദികാര്യങ്ങൾക്ക് മലയാള ബ്രാഹ്മണരെ ഏർപ്പെടുത്താൻ തുടങ്ങിയത്. ശുചീന്ദ്രത്തെ പ്രധാന ക്ഷേത്രത്തിനു വെളിയിൽ ആദ്യമായി നിർമ്മിച്ച സുബ്രഹ്മണ്യൻ കോവിൽ പണികഴിപ്പിച്ചത് അദ്ദേഹത്തിന്റെ ഭാര്യ ഉണ്ണിയച്ചിയാണ്.

രവി കേരളവർമ്മയെ പിന്തുടർന്ന് പത്മനാഭമാർത്താണ്ഡവർമ്മയാണ് (1240–1253) വേണാട്ടു രാജാവായത്.

1253 മുതൽ 1299 വരെയുള്ള വേണാടിന്റെ ചരിത്രത്തെപ്പറ്റി കൃത്യമായ വിവരങ്ങളൊന്നുമില്ല. എന്നിരുന്നാലും അക്കാലത്ത് വേണാടിന്മേൽ പാണ്ഡ്യാധിപത്യം നിലനിന്നിരുന്നതായി ജടാവർമ്മൻ സുന്ദരപാണ്ഡ്യന്റെയും അദ്ദേഹത്തിന്റെ അനന്തരഗാമിയായ മാറവർമ്മൻ കുലശേഖരന്റെയും ശാസനങ്ങളിൽനിന്നു മനസ്സിലാക്കാം.

1299 ൽ ഒരു രവിവർമ്മ കുലശേഖരൻ അധികാരത്തിൽ വന്നതായി കാണുന്നു. 1299 മുതൽ 1314 വരെയായിരുന്നു അദ്ദേഹത്തിന്റെ ഭരണകാലം. അദ്ദേഹം 1310 ൽ മാറവർമ്മൻ കുലശേഖരൻ മരിക്കുന്നതുവരെ പാണ്ഡ്യരാജാവിന്റെ സാമന്തനായിരുന്നു. അദ്ദേഹം മാറവർമ്മ എന്ന ഒരു ബിരുദംകൂടി തന്റെ പേരിനോട് ചേർത്തിരുന്നു. എന്നാൽ രവിവർമ്മ പാണ്ഡ്യന്മാരുടെ മേല്ക്കോയ്മയെ നിരാകരിച്ചുകൊണ്ട് 1310 മുതൽ തന്റെ ഭരണവർഷം കണക്കാക്കി.

അദ്ദേഹം പാണ്ഡ്യരാജ്യത്തിലെ പല പ്രദേശങ്ങളും ആക്രമിച്ച് കീഴ്പ്പെടുത്തി തന്റെ രാജ്യം വിസ്തൃതമാക്കി. വേണാട്ടു രാജാക്കന്മാരുടെ കൂട്ടത്തിൽ സമുജ്ജ്വലനായി ഉയർന്നു നില്ക്കുന്നയാളാണ് രവിവർമ്മ കുലശേഖരൻ. എങ്കിലും അദ്ദേഹത്തിന്റെ വിജയങ്ങളെല്ലാം. താല്ക്കാലികമായിരുന്നു. കലാരംഗത്തും വാണിജ്യരംഗത്തും അദ്ദേഹത്തിന്റെ സേവനം വളരെ വിലപ്പെട്ടതായിരുന്നു. കൊല്ലം നഗരം പരിഷ്കരിക്കുന്നതിലും അദ്ദേഹം സുപ്രധാന പങ്കു വഹിച്ചിട്ടുണ്ട്. അക്കാലത്തെ സാഹിത്യകൃതികളിൽ അദ്ദേഹത്തെപ്പറ്റി പറഞ്ഞിരിക്കുന്നത് കോളംബനഗരപരിഷ്കാരകൻ എന്നാണ്

ഹിന്ദുമത സംരക്ഷകരായിരുന്നു വേണാട്ടു രാജാക്കന്മാർ. ക്ഷേത്ര കാര്യങ്ങളിൽ അവർ പ്രത്യേക ശ്രദ്ധ പതിപ്പിക്കുകയും ക്ഷേത്രങ്ങളുടെ നവീകരണത്തിനും വിശേഷാൽ പൂജകൾക്കും മറ്റുമായി ധാരാളം പണം ചെലവഴിക്കുകയും ചെയ്തു. സാർവ്വത്രികമായ പ്രചാരം ഹിന്ദുമതത്തി നായിരുന്നുവെങ്കിലും ക്രിസ്തുമതവും ഇസ്ലാം മതവും സമാന്തരമായി പുരോഗമിച്ചുകൊണ്ടിരുന്നു. തലസ്ഥാനമായ കൊല്ലം നഗരം ഒരു പരി ഷ്കൃത നഗരമായിരുന്നു. കൊല്ലത്തിന്റെ അക്കാലത്തെ പ്രതാപവും മഹ ത്വവും കൊണ്ടാണ് 'കൊല്ലം കണ്ടാൽ ഇല്ലം വേണ്ട' എന്ന ചൊല്ലു പോലും ഉണ്ടായിട്ടുള്ളത്. തലസ്ഥാനമെന്നതിനു പുറമെ കൊല്ലം ദക്ഷി ണേന്ത്യയിലെ ഏറ്റവും പ്രധാനപ്പെട്ട തുറമുഖവുമായിരുന്നു. അൽക്വസിനി (1265-1275) ഇന്ത്യയിലെ ഒരു വലിയ നഗരം എന്നാണ് കൊല്ലത്തെപ്പറ്റി പറഞ്ഞിരിക്കുന്നത്. രാജാക്കന്മാരുടെ ഭരണത്തിൻകീഴിൽ ധാരാളം നന്മയും ഭൗതികക്ഷേമവും സാമൂഹിക ക്ഷേമവും അനുഭവിച്ചിരുന്ന ഒരു ചെറുരാജ്യമായിരുന്നു ആദ്യകാല വേണാടെന്ന് നിസ്സംശയം പറയാം.

വീര ഉദയമാർത്താണ്ഡവർമ്മയാണ് രവിവർമ്മ കുലശേഖരനെ തുടർന്ന് അധികാരത്തിൽ വന്നത്. (1314-1344) അദ്ദേഹമാണ് മരുമക്ക ത്തായമനുസരിച്ച് ആദ്യം അധികാരത്തിൽ വന്ന വേണാട്ടുരാജാവ്. കുന്നു മ്മേൽ വീരകേരളവർമ്മ തിരുവടിയാണ് പിന്നീട് അധികാരത്തിൽ വന്നത് (1344-1350). ഏതോ പോറ്റി ബ്രാഹ്മണന്റെ മരണത്തിന് ഇദ്ദേഹം ഇടയാ ക്കിയെന്ന് ആരോപിച്ചുകൊണ്ട് പ്രായശ്ചിത്തമായി 157 പറ നിലവും 3000 പണവും ശ്രീ പത്മനാഭസ്വാമിക്ഷേത്രത്തിലേക്ക് ഇദ്ദേഹത്തെക്കൊണ്ട് കൊടുപ്പിച്ചിട്ടുള്ളതായി കാണുന്നു.

1350 മുതൽ 1383 വരെയുള്ള കാലത്തിൽ കഴിവുറ്റ രണ്ടു രാജാക്ക ന്മാരാണ് വേണാട് ഭരിച്ചിരുന്നത്. ഇരവി ഇരവി വർമ്മയും ഇരവി ആദി ത്യവർമ്മയും. സുപ്രസിദ്ധ സന്ദേശകാവ്യമായ ഉണ്ണുനീലി സന്ദേശത്തിൽ സന്ദേശവാഹകനായി പോകുന്നത് ഈ ആദിത്യവർമ്മയാണ്. ദുർവൈ ദ്യന്മാരും മുറി വൈദ്യന്മാരും അക്കാലത്തു സുലഭമായിരുന്നു. കേരളക്ക രയിൽ അടുത്തകാലത്തു ചർച്ചാവിഷയമായ സ്ത്രീകളിലെ ചേലാകർമ്മം അന്ന് അനുസ്യൂതം നടന്നിരുന്നു. ഉണ്ണുനീലി സന്ദേശത്തിലെ ഒരു ശ്ലോകം അതിനു തെളിവു നല്കുന്നു. മേലാളന്മാരുടെ സാന്മാർഗ്ഗിക ജീവിതം അമ്പേ അധഃപതിച്ചുപോയ ഒരു കാലമായിരുന്നു അത്. വേശ്യാവൃത്തിക്ക് സമൂഹത്തിൽ നല്ല മാന്യതയാണുണ്ടായിരുന്നത്. സ്ത്രീകൾക്ക് ഒന്നില ധികം ഭർത്താക്കന്മാരുണ്ടായിരിക്കുക ചില സമുദായങ്ങളിൽ സർവ്വസാ ധാരണമായിരുന്നു. തെക്കൻ കേരളത്തിൽ ജ്യേഷ്ഠാനുജന്മാർ ഒരേ സ്ത്രീയുടെ ഭർത്താക്കന്മാരായപ്പോൾ വടക്കൻ കേരളത്തിൽ അങ്ങനെ യായിരുന്നില്ല. ഭർത്താക്കന്മാരുടെ എണ്ണം കൂടുന്നതിനനുസരിച്ച് സ്ത്രീക ളുടെ മാന്യത വർദ്ധിച്ചിരുന്നു. തനിക്ക് ഇത്ര ക്ഷത്രിയഭർത്താക്കന്മാരും ഇത്ര ബ്രാഹ്മണ ഭർത്താക്കന്മാരും ഉണ്ടെന്നു പറഞ്ഞ് സ്ത്രീകൾ അഭി മാനിച്ചിരുന്നു.

ഇരവി ഇരവി വർമ്മയ്ക്കുശേഷം ഭരണമേറ്റത് ആദിത്യവർമ്മ സർവ്വാംഗ നാഥനായിരുന്നു (1376-1383). കവിയും പണ്ഡിതനും സംഗീതജ്ഞനുമായിരുന്ന അദ്ദേഹം യുദ്ധവീരൻ എന്ന നിലയ്ക്കും പ്രശസ്തി നേടിയിരുന്നു. മുപ്പത്തിയാറുതരം ആയുധങ്ങൾ പ്രയോഗിക്കുന്നതിൽ അദ്ദേഹം നിപുണനായിരുന്നു.

ആദിത്യവർമ്മ സർവ്വാംഗനാഥനെ പിന്തുടർന്ന് രാജാവായത് ചേര ഉദയമാർത്താണ്ഡവർമ്മയാണ്. വേണാടിന്റെ ചരിത്രത്തിൽ ഏറ്റവും കൂടുതൽ കാലം രാജ്യം ഭരിച്ചത് ഇദ്ദേഹമാണ്. മണിപ്രവാള ലക്ഷണഗ്രന്ഥമായ *ലീലാതിലകം* രചിക്കപ്പെട്ടത് ഇദ്ദേഹത്തിന്റെ ഭരണകാലത്താണ്. *ലീലാതിലകം* മണിപ്രവാളലക്ഷണഗ്രന്ഥമാണെങ്കിലും അതിൽ കൊടുത്തിട്ടുള്ള ഉദാഹരണശ്ലോകങ്ങളിൽ ഇദ്ദേഹത്തെ പലപ്രാവശ്യം പ്രശംസിച്ചു പറയുന്നുണ്ട്.

രവിവർമ്മ (1444-1458), ശ്രീ വീരരാമമാർത്താണ്ഡവർമ്മ കുലശേഖരൻ (1458-1469), കോത ആദിത്യവർമ്മ (1469-1484), എന്നിവരാണ് പിന്നീട് അധികാരത്തിൽ വന്ന രാജാക്കന്മാർ.

അടുത്ത വേണാട്ടു രാജാവ് രവി രവിവർമ്മ (1484-1512) ആണ്. 1514 ൽ രവി രവിവർമ്മ മരിച്ചപ്പോൾ ജയസിംഹ കേരളവർമ്മ രാജാവായി. അദ്ദേഹം 1516 വരെ രാജ്യം ഭരിച്ചു.

ഭൂതല വീര ശ്രീവീരഉദയമാർത്താണ്ഡവർമ്മയാണ് അടുത്ത വേണാട്ടു രാജാവ്. (1516-1535) ഇദ്ദേഹത്തിന്റെ കാലത്ത് വേണാടും വിജയനഗരവുമായി ഒരു വലിയ സംഘട്ടനമുണ്ടായി. താമ്രപർണ്ണീ നദീതീരത്തു വച്ചായിരുന്നു ആ യുദ്ധം. യുദ്ധത്തിൽ തോറ്റതിനാൽ വേണാട്ടു രാജാവിന് വിജയനഗരത്തിന്റെ മേല്ക്കോയ്മ അംഗീകരിക്കേണ്ടിവന്നു.

അടുത്ത രാജാവ് ഭൂതല വീരരവിവർമ്മയാണ്. 1535 ൽ ആയിരുന്നു അദ്ദേഹത്തിന്റെ സിംഹാസനാരോഹണം. 1544 ൽ അദ്ദേഹം മരിച്ചതിനെത്തുടർന്നു ശ്രീവീരകേരള വർമ്മ രാജാവായി. തുടർന്ന് രാമവർമ്മ, (1545-56) ഉണ്ണിക്കേരളവർമ്മ, ശ്രീവീരഉദയ മാർത്താണ്ഡവർമ്മ, ശ്രീ. വീര രവി വർമ്മ, ആദിത്യരാമവർമ്മ, രാമവർമ്മ, രവിവർമ്മ എന്നിവർ വേണാട് ഭരിച്ചു.

തുടർന്ന് 1663-1672 വരെ രവിവർമ്മയും 1672 മുതൽ 1677 വരെ ആദിത്യവർമ്മയും നാടുഭരിച്ചു. അക്കാലത്ത് എട്ടുവീട്ടിൽ നാടാക്കൾ ഭരണരംഗത്തുനിന്ന് നിഷ്കാസിതരാവുകയും യോഗക്കാർ ക്ഷേത്രംവക വസ്തുക്കൾ എട്ടായി ഭാഗിച്ച് കരം പിരിക്കുന്നതിനും മറ്റുമായി ഓരോ ഭാഗവും ഓരോ നായർമാടമ്പിയെ ഏല്പിക്കുകയും ചെയ്തു. മതപരമായ എല്ലാ അധികാരങ്ങളും കൈയാളിയിരുന്നത് യോഗക്കാരായിരുന്നു. രാഷ്ട്രീയാധികാരം പിള്ളമാർക്കും; യോഗക്കാരും പിള്ളമാരും തമ്മിലുണ്ടാക്കിയ അവിശുദ്ധ കൂട്ടുകെട്ട് രാജാധികാരത്തിനു വൻ ഭീഷണിയായിരുന്നു. രാജാവിന്റെ ആളുകൾ ഒരുവശത്തും ക്ഷേത്രപ്രവൃത്തിക്കാരും ദേവസ്വം കുടിയാന്മാരും മറുഭാഗത്തുമായി നിരന്തരം സംഘട്ടനങ്ങൾ

ഉണ്ടായിക്കൊണ്ടേയിരുന്നു. മാർത്താണ്ഡവർമ്മയുടെ കാലംവരെ ഈ സ്ഥിതിവിശേഷം നിലനിന്നിരുന്നു.

1677 ൽ ആദിത്യവർമ്മ നാടുനീങ്ങിയതിനെത്തുടർന്ന്, അടുത്ത രാജ്യാവകാശിയായ രവിവർമ്മയ്ക്ക് പ്രായം തികയാത്തതിനാൽ അദ്ദേഹത്തിന്റെ പ്രതിനിധിയായി മാതൃസഹോദരിയായ ഉമയമ്മറാണി ഭരണമേറ്റു. ധൈര്യശാലിയും കാര്യശേഷിയുള്ളവരുമായിരുന്നു ഉമയമ്മ റാണി. അക്കാലത്ത് മുഗൾ സർദാർ എന്ന് വിളിപ്പേരുള്ള സാഹസികനായ ഒരു മുസ്ലീം വേണാടിന്റെ തെക്കൻ ഭാഗം ആക്രമിക്കുകയും അയാൾ നാഞ്ചിനാട് കടന്ന് തിരുവനന്തപുരത്തെത്തി മണക്കാട് താവളമടിക്കുകയും ചെയ്തു. ഇടവാ വരെയുള്ള പ്രദേശങ്ങൾ 'മുകിലൻപട' കീഴ്പ്പെടുത്തി. ഗത്യന്തരമില്ലാതെ ഉയമ്മ റാണി നെടുമങ്ങാട്ട് അഭയം തേടി. എന്നാൽ, ഭാഗ്യവശാൽ വടക്കേ മലബാറിൽനിന്ന് തീർത്ഥയാത്രയ്ക്ക് തിരുവനന്തപുരത്തുവന്ന കോട്ടയം കേരളവർമ്മയുടെ സഹായം റാണിക്ക് ലഭിക്കുകയും അദ്ദേഹം മുകിലൻ പടയുമായി ഏറ്റുമുട്ടി മുകിലനെയും അനേകം അനുചരരെയും വധിച്ചു. യുദ്ധാനന്തരം കേരളവർമ്മ ഉമയമ്മറാണിയെ നെടുമങ്ങാട്ടുനിന്ന് തിരുവനന്തപുരത്തേക്ക് ആനയിക്കുകയും ഭരണനിർവ്വഹണത്തിൽ റാണിയെ സഹായിക്കുകയും ചെയ്തു. മുകിലൻപടയെ തോല്പിച്ച് ഓടിച്ചതിന്റെ സ്മാരകമായാണ് പത്മനാഭസ്വാമിക്ഷേത്രത്തിൽ 'മേത്തൻമണി' സ്ഥാപിച്ചത്.

ഭരണം മെച്ചമായിരുന്നെങ്കിലും കേരളവർമ്മയുടെ നടപടികൾ പലതും മാടമ്പിമാർക്ക് രസിച്ചില്ല. അവർ കേരളവർമ്മയ്ക്കെതിരെ ഗൂഢാലോചന നടത്തി. അതിന്റെ ഫലമായി 1696 ൽ അദ്ദേഹം കൊട്ടാരത്തിൽവച്ച് വധിക്കപ്പെട്ടു.

'പുലപ്പേടി' 'മണ്ണാപ്പേടി' എന്നീ പ്രാചീനാചാരങ്ങൾ നിരോധിച്ചതും പുലയരുടെയും മണ്ണാന്മാരുടെയും പീഡയെക്കുറിച്ചുള്ള പേടിയിൽനിന്നും ജനങ്ങൾക്ക് മോചനം നല്കിക്കൊണ്ട് വിളംബരം പ്രസിദ്ധപ്പെടുത്തിയതും ഈ കേരളവർമ്മയാണ്. 1696 ലായിരുന്നു അത്. ഈ നടപടിമൂലം അദ്ദേഹം ധീരനായ ഒരു സാമൂഹിക പരിഷ്കർത്താവ് എന്ന ഖ്യാതി നേടി.

1684 ൽ ഇംഗ്ലീഷുകാർ അഞ്ചുതെങ്ങിൽ ഒരു വ്യാപാരശാല സ്ഥാപിച്ചത് ഉമയമ്മറാണി കൊടുത്ത സ്ഥലത്താണ്.

1684 ൽ രവിവർമ്മയ്ക്ക് പ്രായം തികഞ്ഞപ്പോൾ അദ്ദേഹം അധികാരം ഏറ്റെടുത്തു. രവിവർമ്മയെത്തുടർന്ന് ആദിത്യവർമ്മയും (1718–1721) അതിനുശേഷം രാമവർമ്മയു(1721–1729) മാണ് വേണാട്ടിൽ രാജാക്കന്മാരായത്. രാമവർമ്മയുടെ കാലത്ത് മാടമ്പിമാരും പിള്ളമാരും രാജാധികാരത്തെ അല്പംപോലും മാനിച്ചിരുന്നില്ല. കീഴാളന്റെ ജീവിതം ദുസ്സഹമായി. ക്രൂരമായ ശിക്ഷാവിധികളും പീഡനങ്ങളും അവന്റെ ജീവിതദുഃഖം വർദ്ധിപ്പിച്ചു. ഈ സാഹചര്യത്തിലാണ് മാർത്താണ്ഡവർമ്മ വേണാടിന്റെ രാജാവായി അധികാരമേറ്റത് (1729)

ശിക്ഷാവിധികൾ

കുറ്റം ഏതായാലും ശിക്ഷ ചാതുർവർണ്യത്തിന്റെ അടിസ്ഥാനത്തിലായിരുന്നു. സത്യാസത്യങ്ങൾ കണ്ടുപിടിക്കുന്നതിന് രാജാവ് ഒരു ബ്രാഹ്മണനെ നിയമിക്കുന്നു. പണ്ഡിതനായ അദ്ദേഹത്തിനു മൂന്നു ബ്രാഹ്മണരെ കൂടെക്കൂട്ടാം. രാജാവ് നിയമിക്കുന്ന മറ്റൊരു ബ്രാഹ്മണനും ഉണ്ടാകും. ഇവരെല്ലാം ഒത്തുകൂടുന്ന സ്ഥലം ന്യായസഭ.

സാമ, ദാന, ഭേദ, ദണ്ഡങ്ങൾ ഉപയോഗിച്ചാണ് സത്യം തെളിയിച്ചിരുന്നതു ക്രൂരവും കഠിനവും മനുഷ്യോചിതമല്ലാത്തതുമായ ശിക്ഷാവിധികൾ. സവർണ്ണപ്രമാണിമാർക്കായിരുന്നു ശിക്ഷിക്കാനുള്ള അധികാരം അവരുടെ നീതിബോധത്തിനു മുന്നിൽ ഏഴൈ ജാതികളെന്നും അധഃകൃതരെന്നും മുദ്ര കുത്തപ്പെട്ടവർക്ക് യാതൊരു നീതിയും ലഭിച്ചിരുന്നില്ല. ആരാണ് ഈ ഏഴൈ ജാതികൾ? മുൻകാല ഭരണാധികാരികളുടെ പിന്മുറക്കാർ.

അവർണ്ണരെന്നും സവർണ്ണരെന്നും രണ്ടുവിഭാഗം ജനവിഭാഗങ്ങൾ. അവർണ്ണർ അറിഞ്ഞോ അറിയാതെയോ പൊതുവഴികളിലോ ക്ഷേത്ര പാതകളിലോ പ്രവേശിച്ചാൽ അതിന്റെ അശുദ്ധി തീർക്കുന്നതിനായി അവരുടെ കുടുംബനാശം വരെ സംഭവിക്കാവുന്ന ശിക്ഷാവിധികൾ.

എവിടെയെങ്കിലും ഒരു മോഷണം നടന്നാൽ മോഷ്ടാവ് താഴ്ന്ന ജാതിക്കാരനാണെങ്കിൽ തല വെട്ടിയെടുത്ത് ഒരു കഴുവിന്മേൽ കുത്തി നിർത്തുക പതിവായിരുന്നു. കുറ്റക്കാരൻ മാപ്പിളയെങ്കിൽ അവനെ കുത്തിക്കൊല്ലുമായിരുന്നു. ബ്രാഹ്മണന്മാർ ഭോഗലാലസമായ ജീവിതം നയിച്ചിരുന്നു. മദ്ധ്യകാല മണിപ്രവാളകൃതികൾ അതിനു സാക്ഷ്യം വഹിക്കുന്നു. *ഉണ്ണുനീലി സന്ദേശം, ഉണ്ണിയാടി ചരിതം, ഉണ്ണിച്ചിരുതേവി ചരിതം* തുടങ്ങിയ കൃതികൾ വായിച്ചാൽ അക്കാര്യം മനസ്സിലാകും.

മേലാളന്മാർ സ്ത്രീകളെ ഭോഗവസ്തുക്കളായി കരുതിയിരുന്നെങ്കിലും അസാന്മാർഗ്ഗിക നടപടികളുടെ പേരിൽ സ്ത്രീകളെ ശിക്ഷിക്കുകയും ചെയ്തിരുന്നു. പണം വസൂലാക്കിയായിരുന്നു ശിക്ഷ. അങ്ങനെ കിട്ടുന്ന പണത്തിനു പറഞ്ഞിരുന്ന പേരാണ് 'പുലയാട്ടുപെണ്ണ്'. ആ പണം നാടുവാഴിക്ക് കിട്ടുന്ന ആദായമായിരുന്നു. അതിനു പുറമെ സ്ത്രീകളെ മൊട്ടയടിച്ച് നാടുകടത്തുകയും ദുരാചാരിണികളെ മുസ്ലീങ്ങൾക്കും ക്രിസ്ത്യാനികൾക്കും വിറ്റുകളയുകയും പതിവായിരുന്നു.

കുറ്റവാളികളെ വാൾകൊണ്ട് വെട്ടിക്കൊല്ലുക. രണ്ട് കഷണമാക്കി വിലങ്ങനെയുള്ള ഒരു ബാറിൽ കെട്ടി പുറത്തിടുക, ആനകളെക്കൊണ്ട് ചവിട്ടിക്കൊല്ലിക്കുക, മണ്ണിൽ കുഴിയുണ്ടാക്കി കുറ്റവാളിയെ അതിൽ ഇറക്കി നിറുത്തി തലമാത്രം മണ്ണിനു മുകളിലാക്കി മണ്ണിട്ടു മൂടുക. എന്നിട്ട് ആ തലയിൽ ആനയെക്കൊണ്ടു ചവിട്ടിക്കുക തുടങ്ങിയവയൊക്കെ സാധാരണ ശിക്ഷാ വിധികളായിരുന്നു. കുറ്റവാളിയെ അഗ്നികുണ്ഡത്തിൽ കിടത്തുകയും തിളപ്പിച്ച വെള്ളം കൊണ്ട് പൊള്ളിക്കുകയും കഴുവിന്മേൽ

കയറ്റുകയുമൊക്കെ മുറയ്ക്കു നടന്നിരുന്നു. ആര്യവല്ക്കരണത്തോടെ ആരംഭിച്ച ഈ ശിക്ഷാവിധികൾ മാർത്താണ്ഡവർമ്മയുടെ കാലത്തും തുടർന്നു.

ഏഴെ ജാതികളെ അടിമകളാക്കി വിറ്റിരുന്നു. അവർണ്ണന്റെ തല യ്ക്കും അവന്റെ പെണ്ണിന്റെ മുലയ്ക്കും നികുതി നിശ്ചയിച്ചിരുന്നു. തല യറ, വലയറ തുടങ്ങിയ പേരുകളിലാണ് തലവരി അറിയപ്പെട്ടിരുന്നത്. മുലക്കരം അറിയപ്പെട്ടിരുന്നത് മുലൈവിലൈ എന്ന പേരിലാണ്. അവർണ്ണന്റെ വീട് ഓട് മേയാൻ പാടില്ലായിരുന്നു. സ്വർണ്ണാഭരണം അവർക്ക് നിഷിദ്ധമായിരുന്നു.

കായികാദ്ധ്വാനം ആവശ്യമുള്ള ജോലികൾ മേൽ ജാതിക്കാർ ചെയ്തിരുന്നില്ല. അതേസമയം, അദ്ധ്വാനവും ഭാരം ചുമക്കലുമെല്ലാം അവർണ്ണനുവേണ്ടി സംവരണം ചെയ്തിരുന്നു.

ഇങ്ങനെ പലവിധമായ കാരണങ്ങൾകൊണ്ട് അവർണ്ണന്റെ ജീവിതം ദുരിതപൂർണ്ണമാവുകയും സവർണ്ണർ സുഖജീവിതം നയിക്കുകയും മാട മ്പിമാർ അധികാരം കൈയിലെടുക്കുകയും രാജഭരണം മാനിക്കപ്പെടാ തിരിക്കുകയും ചെയ്യാതിരുന്ന ഒരു പരിസ്ഥിതിയിലാണ് മാർത്താണ്ഡ വർമ്മ അധികാരമേറ്റത്.

യുവരാജാവായ മാർത്താണ്ഡവർമ്മ സ്ഥാനഭ്രഷ്ടനായപ്പോൾ അദ്ദേ ഹത്തെ സഹായിക്കാൻ കാര്യമായ ഒരു ശക്തിയും ഉണ്ടായിരുന്നില്ല. എട്ടു വീട്ടിൽ പിള്ളമാരും യോഗക്കാരും അദ്ദേഹത്തിനെതിരായിരുന്നു. ഔദ്യോ ഗിക പട്ടാളവും ഉണ്ടായിരുന്നില്ല. നാടുനീങ്ങിയ രാമവർമ്മ മഹാരാജാ വിന്റെ മക്കളായ പത്മനാഭൻതമ്പിയും രാമൻതമ്പിയും രാജ്യത്തിന്മേലുള്ള അവകാശവാദവുമായി രംഗത്തു വന്നപ്പോൾ രാജാവിനെ സഹായിക്കേ ണ്ടിയിരുന്ന എല്ലാ ശക്തികളും തമ്പിമാർക്കൊപ്പമായിരുന്നു. എങ്കിലും മാർത്താണ്ഡവർമ്മ വിജയശ്രീ ലാളിതനായി. എങ്ങനെ?

മാർത്താണ്ഡവർമ്മയും അനന്തപത്മനാഭനും

മാർത്താണ്ഡവർമ്മയെന്ന യുവരാജാവ് മഹാരാജാവായി മാറുന്നതിനിടയിലുള്ള അന്തരാളകാലഘട്ടത്തിൽ വേണാട് ആഭ്യന്തര കലഹങ്ങളും രാജാവിനെതിരെയുള്ള കലാപങ്ങളും മൂലം സംഭവബഹുലമായിരുന്നു. നാടുനീങ്ങിയ രാജാവിന്റെ പുത്രന്മാരായ പത്മനാഭൻ തമ്പിയും രാമൻതമ്പിയും മാർത്താണ്ഡവർമ്മയ്ക്കെതിരെ കലാപക്കൊടിയുയർത്തി. യോഗക്കാരും മാടമ്പിമാരും അവരുടെ പിന്നിൽ അണിനിരന്നു. രാജ്യത്തിനു ഔദ്യോഗിക പട്ടാളവും ഉണ്ടായിരുന്നില്ല. എട്ടുവീട്ടിൽപിള്ളമാരും അവരുടെ പക്ഷത്തായിരുന്നു. എന്നിട്ടും മാർത്താണ്ഡവർമ്മയെന്ന യുവരാജാവ് മഹാരാജാവായി മാറി. എങ്ങനെ? ആ അന്തരാളഘട്ടത്തിൽ മാർത്താണ്ഡവർമ്മയോടൊപ്പം നില്ക്കുകയും അദ്ദേഹത്തെ സംരക്ഷിക്കുകയും അധികാരത്തിലേറ്റുകയും ചെയ്തതിനു പുറകിൽ രണ്ട് ധീരയുവാക്കൾ പ്രവർത്തിച്ചിരുന്നു. അനന്തപത്മനാഭൻ നാടാരെന്ന പോരാളിയും ഓട്ടൻ എന്ന പേരിൽ അറിയപ്പെട്ടിരുന്ന മുണ്ടൻ സ്വാമിയുമായിരുന്നു അവർ. ഓട്ടക്കാരൻ എന്ന അർത്ഥത്തിലാണ് ഓട്ടൻ എന്ന പേരു പതിഞ്ഞിരുന്നത്. ശത്രുക്കളുടെ ശ്രദ്ധ തിരിച്ചുവിടാനായി അയാൾ സദാസമയവും വേഷം മാറി ഓടി നടന്നിരുന്നു. യോദ്ധാവെന്ന നിലയിൽ അനന്തനും തന്ത്രങ്ങൾ മെനയുന്നതിൽ പ്രാവീണ്യമുള്ളവനെന്ന നിലയിൽ മുണ്ടനും വേണാട്ടിലുടനീളം പ്രസിദ്ധരായിരുന്നു. പക്ഷേ, മുഖ്യധാരാ ചരിത്രകാരന്മാർ ആ രണ്ടു വ്യക്തികളെയും മാർത്താണ്ഡവർമ്മയ്ക്ക് പുറകിൽ ഉറച്ചുനിന്ന ഒരു സമുദായത്തെയും കണ്ടില്ലെന്ന് നടിക്കുകയാണ് ചെയ്തിട്ടുള്ളത്. അനന്തപത്മനാഭൻ മാർത്താണ്ഡവർമ്മയുടെ സേനാപതിയും ഏറ്റവും വിശ്വസ്തനായ ഉപദേശകനും ആയിരുന്നു. ഈ അനന്തപത്മനാഭന്റെ നേർക്ക് മുഖ്യധാരാ ചരിത്രകാരന്മാർ കണ്ണടച്ചുവെങ്കിലും ഇരുപത്തിയൊന്നാം നൂറ്റാണ്ടിന്റെ പിറവിയോടുകൂടി ചില പത്രങ്ങൾ അന

ന്തനെപ്പറ്റി ഫീച്ചറുകൾ എഴുതി. അതിലൊന്നു *മലയാള മനോരമ*യാണ്. 2001 ജൂലൈ 21-ാം തീയതിയിലെ *മലയാള മനോരമ* പത്രത്തിന്റെ ഞായറാഴ്ചപ്പതിപ്പിൽ 'അനന്തനെ മറന്നല്ലോ, കഷ്ടം' എന്ന തലക്കെട്ടോടെ ചേർത്തിരുന്ന വിവരണം അതേപടി ഇവിടെ ഉദ്ധരിക്കുന്നു.

> അനന്തനെ ആരും അറിയുന്നില്ല. ആധുനിക തിരുവിതാംകൂറിന്റെ പിതാവെന്നറിയപ്പെടുന്ന മാർത്താണ്ഡവർമ്മ മഹാരാജാവിന്റെ വലങ്കൈ ആയിരുന്ന ഈ വീരപോരാളിയുടെ ശവകുടീരത്തിനരികിൽ നില്ക്കുമ്പോൾ മൂക്കിലേക്കു അടിച്ചുകയറുന്നത് അടുത്തുതന്നെയുള്ള ചാണക്കുഴിയിലെ മനംമടുപ്പിക്കുന്ന ദുർഗ്ഗന്ധമാണ്. മറവിയുടെ ഒതുക്കുകല്ലുകൾ കയറി മാർത്താണ്ഡം-തക്കല റോഡിൽ തമിഴ്നാട്ടിലെ തച്ചൻവിളയിലെ പള്ളിമേട വീട്ടിലെത്തുമ്പോൾ കാണാനാകുന്നത് മൺമറഞ്ഞുപോയ ഒരു മഹാചരിത്രത്തിന്റെ ശേഷിപ്പുകളാണ്. അറുപത്തിനാലു മുറികളുണ്ടായിരുന്ന പള്ളിമേട വീടിന് ഇന്ന് അവശേഷിക്കുന്നത് കാടുവന്നു മൂടിയ നാലുകല്പടവുകൾ മാത്രം. കളരിത്തറ വെട്ടിനിരത്തി കപ്പയും ചേനയും നട്ടിരിക്കുന്നു. ആയുധങ്ങൾ നിർമ്മിച്ചിരുന്ന ഉലയുടെ സ്ഥാനത്തു കുറെ കൽക്കഷണങ്ങൾ കൂടിക്കിടക്കുന്നു. അനന്തന്റെ കല്ലറമാത്രം സിമന്റ് പൂശി സൂക്ഷിച്ചിരിക്കുന്നു. ശിലയിലെ ലിഖിതങ്ങൾ അനന്തനെന്ന വീരപുരുഷന്റെ ജീവിതകഥയിലേക്കുള്ള വാതായനങ്ങളാണ്. അത് ഇപ്രകാരമാണ്.
>
> സേരകുല അയ്യൻതിരുവടികൾ പരമ്പര ശ്രീ വീരതാണു അനന്തപത്മനാഭൻ നാടാർ വേണാട്ടിൽ മുതൽമൈ സേനാപതി ശ്രീ വീര രവിപാല മാർത്താണ്ഡവർമ്മാവിൻ അന്തരംഗം ആലോചകൻ തോറ്റം കൊല്ലമാണ് 873 ആവണി 24 മറവ് 925 ആവണി 28.
>
> ഓട്ടൻകതൈ എന്ന തമിഴ് നാടൻപാട്ട് എട്ടുവീട്ടിൽ പിള്ളമാരുടെയും മാടമ്പിമാരുടെയും പിന്തുണയോടെ മാർത്താണ്ഡവർമ്മയ്ക്കെതിരെ കലാപം നടത്തിയ തമ്പിമാരിൽനിന്നു അനന്തനും മുണ്ടനെന്ന ഓട്ടനും ചേർന്ന് മാർത്താണ്ഡവർമ്മയെ രക്ഷിക്കുന്ന കഥയാണ്. തമ്പിമാരുടെ ആക്രമണത്തിൽനിന്നു രക്ഷപ്പെടുവാൻ മാർത്താണ്ഡവർമ്മ നടത്തിയ പലായനങ്ങൾക്കിടയിൽ അദ്ദേഹം തച്ചൻവിളയിൽ എത്തിയെന്നും അനന്തന്റെ സംരക്ഷണയിൽ പള്ളിമേട വീട്ടിൽ താമസിച്ച് കളരിയഭ്യാസം പഠിച്ചുവെന്നുമാണ് ഓട്ടൻകഥ പറയുന്നത്. വേണാടുരാജവംശത്തിന്റെ പാരമ്പര്യപ്രകാരം മരുമക്കത്തായവഴിക്ക് ലഭിച്ച രാജപദവിക്കെതിരെ മാർത്താണ്ഡവർമ്മയുടെ അമ്മാവനായ രാമവർമ്മ മഹാരാജാവിന്റെ മക്കളായ പത്മനാഭൻ തമ്പിയും (പപ്പുത്തമ്പി) ശ്രീരാമൻ തമ്പിയും (രാമൻ തമ്പി) അവകാശം ഉന്നയിച്ചതാണ് കലാപത്തിനു തുടക്കം കുറിച്ചത്. *തിരുവിതാംകൂർ സ്റ്റേറ്റ് മാന്വലി*ന്റെ കർത്താവായ ടി കെ

വേലുപ്പിള്ളയുടെ അഭിപ്രായപ്രകാരം മാർത്താണ്ഡവർമ്മയുടെ ഭരണത്തിന്റെ ആദ്യവർഷമാണ് തമ്പിമാർ മാടമ്പിമാരുടെയും എട്ടുവീട്ടിൽ പിള്ളമാരുടെയും പിന്തുണയോടെ യുവരാജാവിനെതിരെ തിരിഞ്ഞത്.

മാർത്താണ്ഡവർമ്മയെ രക്ഷിക്കാൻ ഓട്ടനും അനന്തനും ചേർന്നു നാടാർ ഗുരുക്കന്മാരുടെ നൂറ്റിയെട്ടു കളരികളിലേക്കും കത്തയച്ച് ഗുരുക്കന്മാരുടെ പിന്തുണ ഉറപ്പാക്കി. ഓട്ടൻ മാർത്താണ്ഡവർമ്മയായി വേഷം കെട്ടി നെടുമങ്ങാടു ഭാഗത്ത് ഒളിച്ചു നടന്നത് ശത്രുക്കൾക്ക് ഒട്ടേറെ പ്രശ്നങ്ങൾ സൃഷ്ടിച്ചു. നാടാർ സമുദായം മുഴുവൻ മാർത്താണ്ഡവർമ്മയുടെ പുറകിൽ അണിനിരന്നതോടെ തമ്പിമാർ ആ സമുദായത്തെ വ്യാപകമായി പീഡിപ്പിക്കാൻ തുടങ്ങി. മാങ്കോട്ടാശാന്റെ വീടിന് തീ വയ്ക്കാനുള്ള മാടമ്പിമാരുടെ ശ്രമം അനന്തന്റെയും ഓട്ടന്റെയും നേതൃത്വത്തിലുള്ള നാടാർപ്പട തകർത്തു. മാർത്താണ്ഡവർമ്മയുടെ വേഷത്തിൽ തോവാളയിലെത്തിയ ഓട്ടനെ മാധവ മാടമ്പി പിടികൂടി വധിച്ചു.

കൽക്കുളത്തുവെച്ചു അനന്തന്റെയും തമ്പിമാരുടെയും പടകൾ ഏറ്റുമുട്ടി. നാടാർ സൈന്യത്തിനു മുന്നിൽ തമ്പിമാർ കീഴടങ്ങി. മാർത്താണ്ഡവർമ്മയുടെ അനുവാദത്തോടെ അനന്തൻ തമ്പിമാരുടെ കഥ കഴിച്ചു.

മാർത്താണ്ഡവർമ്മ അധികാരം ഉറപ്പിച്ചതോടെ നാടാർ സമുദായത്തിന് ഒട്ടേറെ ഉപഹാരങ്ങൾ നല്കി. എട്ടു പ്രദേശങ്ങൾ അവർക്ക് കരമൊഴിവായി നല്കി. കോണം, വട്ടം, മൂല, ഉരൈ എന്നിങ്ങനെയുള്ള പേരുകളിൽ അവസാനിക്കുന്ന സ്ഥലങ്ങൾ മാർത്താണ്ഡവർമ്മ നാടാന്മാർക്ക് നല്കിയതാണെന്നു കരുതപ്പെടുന്നു.

മാർത്താണ്ഡവർമ്മ അനന്തനെ തിരുവനന്തപുരത്തേക്കു കൊണ്ടുവരികയും തന്റെ സംരക്ഷകൻ എന്ന സ്ഥാനം നല്കി അനന്തപത്മനാഭൻ നാടാർ എന്ന പേർ വിളിക്കുകയും ചെയ്തു. അനന്തന് മഹാരാജാവ് ഏഴു ചെമ്പു പട്ടയങ്ങളിലായി ഒട്ടേറെ ഭൂമി ദാനം ചെയ്തുവെന്നാണ് അറിവ്. അതിൽ ഒരു പട്ടയം അനന്തന്റെ പത്താം തലമുറക്കാരനും പള്ളിമേടത്തറവാടിന്റെ ഇപ്പോഴത്തെ സൂക്ഷിപ്പുകാരനുമായ റിട്ട. അദ്ധ്യാപകൻ ശ്രീ കെ പി വരദരാജന്റെ കൈവശമുണ്ട്.

കാലം തകർത്തുകളഞ്ഞ പള്ളിമേട വീടിന്റെ കല്പടവുകൾ ഇറങ്ങിപ്പോരുമ്പോൾ നമ്മൾ കൂടെ കൊണ്ടു പോരുന്നതു തിരുവിതാംകൂറിന്റെ ചരിത്രനിർമ്മാണത്തിൽ നിർണ്ണായക പങ്കുവഹിച്ച ധീരപുരുഷന്റെ ഓർമ്മകളാണ്. ചരിത്രപുസ്തകങ്ങളിൽ ഇടം കണ്ടെത്താനാകാതെപോയ ആ വീരപോരാളി ഇന്നും ജീവിക്കുന്നത് നാടോടി ശീലുകളിലും ഉറ്റവരുടെ ഓർമ്മകളിലുമാണ്.

നാഗർകോവിലിനടുത്തുള്ള പൊറ്റവാടിയിലെ നാടാഴ്വാർ ആയിരുന്ന താണു മലയപ്പെരുമാളിന്റെ ഉറ്റമിത്രവും അംഗരക്ഷകനുമായിരുന്നു ഓട്ടൻ എന്ന മുണ്ടൻ. താണുമലയപ്പെരുമാളിന്റെ സുഖമാണ് തന്റെ സുഖമെന്നു കരുതിയിരുന്ന സ്വാമി ഭക്തനാണദ്ദേഹം. താണുമലയപ്പെരുമാൾ മാർത്താണ്ഡവർമ്മയെ സഹായിക്കാൻ തീരുമാനിച്ചതു മുതൽ ഓട്ടൻ ആ ദൗത്യവുമായി മുന്നിട്ടിറങ്ങി. താണുമലയപ്പെരുമാളിന്റെ നിർദ്ദേശങ്ങൾ അണുവിട തെറ്റാതെ പാലിച്ചുപോന്ന ഓട്ടൻ തന്റെ ജീവിതത്തിനു ഒരു വിലയും കല്പിച്ചില്ല. അനന്തപത്മനാഭൻ നാടാർപ്പട രൂപവല്ക്കരിച്ച് അതിന്റെ നേതൃത്വം ഏറ്റെടുത്തപ്പോൾ മുണ്ടനെ തമ്പിമാരുടെ ഔദ്യോഗിക സൈന്യത്തിന്റെ നീക്കങ്ങളും രഹസ്യങ്ങളും ചോർത്തിയെടുക്കാനുള്ള രഹസ്യദൂതനായി നിയോഗിച്ചു. തന്റെ കൃത്യനിർവ്വഹണത്തിൽ അങ്ങേയറ്റം ശ്രദ്ധാലുവായിരുന്നു മുണ്ടൻ. അയാൾ നിതാന്തജാഗ്രതയോടെ എതിർ സൈന്യത്തിന്റെ വിവരങ്ങൾ സമയാസമയം അനന്തപത്മനാഭനെയും മാർത്താണ്ഡവർമ്മയെയും അറിയിച്ചുകൊണ്ടിരുന്നു.

പപ്പുത്തമ്പിയും രാമൻതമ്പിയും യുവരാജാവിനെ അന്വേഷിച്ച് നാടെങ്ങും അലയുകയായിരുന്നു. ഓരോ മുക്കിലും മൂലയിലും അവർ ഓടിനടന്ന് അന്വേഷിച്ചു. നാടാർപ്പട രൂപവല്ക്കരിച്ചിരുന്നതുകൊണ്ട് പല നാടാർ ഭവനങ്ങളും അവരുടെ നിരീക്ഷണത്തിന് വിധേയമായി. മാത്രമല്ല നാടാർഭവനങ്ങൾക്കും സമുദായാംഗങ്ങൾക്കുമെതിരെ നിരന്തരം അക്രമം അഴിച്ചു വിടുകയും ചെയ്തു. പലരെയും വധിച്ചു. മറ്റു ചിലരെ കൽക്കുളം കോട്ടയിൽ കൊണ്ടുപോയി മർദ്ദിച്ചു.

മുണ്ടൻ നെടുമങ്ങാട്ടേക്ക്

അങ്ങനെയിരിക്കെ ഒരിക്കൽ മാർത്താണ്ഡവർമ്മയും അനന്തനും ഓട്ടനും ചേർന്ന് ഒരു രഹസ്യസങ്കേതത്തിൽ ഇരിക്കുകയായിരുന്നു. എങ്ങനെ അവിടെനിന്നും രക്ഷപ്പെടും? ചുറ്റും ശത്രുക്കൾ വളഞ്ഞിരിക്കുകയാണ്. മുണ്ടന്റെ ബുദ്ധി പ്രവർത്തിച്ചു. അയാൾ യുവരാജാവിന്റെ വേഷത്തിൽ നെടുമങ്ങാട്ടേക്കു പോകാമെന്നും കുഞ്ചുകൂട്ടം തന്റെ പിന്നാലെ പാഞ്ഞെത്തുമെന്നും അങ്ങനെ യുവരാജാവിനും അനന്തപത്മനാഭനും അവിടെനിന്നും രക്ഷപ്പെടാനാകുമെന്നും മുണ്ടൻ പറഞ്ഞു. ആ അഭിപ്രായം യുവരാജാവിനും അനന്തനും നന്നെ ബോധിച്ചു. അടുത്ത നിമിഷം തന്നെ മുണ്ടൻ മഹാരാജാവിന്റെ വേഷത്തിൽ നെടുമങ്ങാട്ടേക്ക് തിരിച്ചു. ആ നിർണ്ണായക നിമിഷത്തിൽ ശത്രുക്കൾക്ക് ഒന്നും ചെയ്യാൻ കഴിഞ്ഞില്ല. അല്പം കഴിഞ്ഞാണ്. 'യുവരാജാവ്' തങ്ങളെ വെട്ടിച്ചു കടന്നുകളഞ്ഞുവെന്നു എതിർസൈന്യത്തിനു മനസ്സിലായത്. ഉടൻതന്നെ അവർ 'യുവരാജാവിനെ' പിന്തുടർന്നു. ആ തക്കത്തിനു യഥാർത്ഥ യുവരാജാവും അനന്തനും അവിടെനിന്നും രക്ഷപ്പെടുകയുംചെയ്തു. സൈന്യം നെടുമങ്ങാട്ടെത്തി അവിടത്തെ കാടുകൾ അരിച്ചുപെറുക്കി. എത്ര ശ്രമിച്ചിട്ടും യുവരാജാവിനെ കണ്ടുകിട്ടിയില്ല. 'അങ്ങാടിയിൽ തോറ്റ

തിനു അമ്മയോട്' എന്നു പറയുന്നതുപോലെ രോഷാകുലരായ സൈന്യം മടങ്ങിവന്ന് കണ്ണിൽക്കണ്ട നാടാർ ഭവനങ്ങളൊക്കെ ആക്രമിച്ചു. ആ അക്രമങ്ങൾക്കിടയിലാണ് നാടാർപ്പടയിലെ ഒരു പ്രമുഖനായിരുന്ന ചടയനെ പിടിക്കുകയും ക്രൂരമായി മർദ്ദിക്കുകയും ചെയ്തത്. അവരുടെ രോഷം അവിടംകൊണ്ട് അവസാനിച്ചില്ല. അവർ ചടയന്റെ ചെവികൾ ചെത്തിക്കളഞ്ഞു.

അവരുടെ അക്രമം നാൾക്കുനാൾ വർദ്ധിച്ചുവന്നു. ഇനി നോക്കിനിന്നിട്ട് കാര്യമില്ലെന്നു മനസ്സിലാക്കിയ അനന്തൻ നൂറ്റിയെട്ടു കളരികളിലെയും ആശാന്മാരുടെ ഒരു യോഗം വിളിച്ചുകൂട്ടാൻ തീരുമാനിച്ചു. തുടർന്ന് അനന്തൻ നൂറ്റിയെട്ടു ആശാന്മാർക്കും പനയോലയിൽ ക്ഷണക്കത്തുകളെഴുതിയയച്ചു. തൊട്ടടുത്ത വെള്ളിയാഴ്ച വിശാലമായ ഒരു വയൽ പ്രദേശത്ത് നൂറ്റിയെട്ടു കളരിയാശാന്മാരുടെയും യോഗം കൂടി. കളരിയാശാന്മാരെക്കൂടാതെ ആയിരത്തോളം പ്രതിനിധികളും യോഗത്തിൽ പങ്കെടുത്തു. അനന്തനും മറ്റ് ആശാന്മാർക്കും തങ്ങളുടെ വിജയത്തെപ്പറ്റി പൂർണ്ണ ബോധമുണ്ടായിരുന്നു. അവർ അവിടെവച്ച് ഇങ്ങനെ പ്രഖ്യാപിച്ചു. "തമ്പിമാരെ പരാജയപ്പെടുത്തുമെന്ന് ഈ യോഗം പ്രതിജ്ഞചെയ്യുന്നു. തമ്പിമാരെ പരാജയപ്പെടുത്തിയശേഷം മാർത്താണ്ഡവർമ്മയെ തോളിലേറ്റിക്കൊണ്ട് എല്ലാ സ്ഥലങ്ങളിലും പോയി ശക്തിപ്രകടനം നടത്തി വിജയ പ്രഖ്യാപനം നടത്തുന്ന ദിവസം വളരെ അകലെയല്ല."

യുവരാജാവായ മാർത്താണ്ഡവർമ്മയെ വിവിധ ഭവനങ്ങളിൽ മാറി മാറി താമസിപ്പിക്കുവാൻവേണ്ട ക്രമീകരണങ്ങൾക്കുമായി ഓരോ പ്രദേശത്തുമുള്ള കളരിയാശാന്മാരെ ചുമതലപ്പെടുത്തിയ ശേഷം യോഗം പിരിഞ്ഞു.

തുടർന്ന് തച്ചൻവിളയിൽ അനന്തപത്മനാഭന്റെ വീട്ടിൽ ആറുമാസക്കാലം യുവരാജാവ് താമസിച്ചു. അവിടെവെച്ച് വിവിധ കായികമുറകൾ അഭ്യസിച്ച അദ്ദേഹം മർമ്മകളരിയിലും പ്രാവീണ്യം നേടി. പുറമെ പരുക്കുകളൊന്നും കൂടാതെ എതിരാളിയെ കീഴ്പ്പെടുത്തുന്ന വിദ്യ അവിടെ വച്ചാണ് അദ്ദേഹം അഭ്യസിച്ചത്. മുന്നോട്ടു പോകണമെങ്കിൽ പണം വേണം. അതിനെന്തുചെയ്യുമെന്നു ആലോചിച്ചു നില്ക്കുമ്പോഴാണ് ഒരു മുസ്ലീം വർത്തകനായ മിടാലം പീരുക്കണ്ണും അദ്ദേഹത്തിന്റെ സുഹൃത്തായ കോട്ടാർ വലിയ ചെട്ടിയും സഹായഹസ്തവുമായി മുന്നോട്ടു വന്നത്. അവർ ആവോളം സാമ്പത്തികമായി സഹായിച്ചു.

മാങ്കോട്ടാശാന്റെ വീടിന് തീവയ്ക്കുന്നു

ആയിടയ്ക്കാണ് തമ്പിമാരുടെ സൈന്യം മാങ്കോട്ടാശാന്റെ വീടിന് തീവച്ചത്. മാർത്താണ്ഡവർമ്മയോട് അനുഭാവം പ്രകടിപ്പിച്ചിരുന്ന വ്യക്തിയാണ് മാങ്കോട്ടാശാൻ. മാർത്താണ്ഡവർമ്മ അയാളുടെ വീട്ടിൽ അഭയം തേടിയിരിക്കുന്നുവെന്ന ധാരണയിലാണ് അവർ ആ വീട്ടിന് തീവെച്ചത്.

വിവരം അറിഞ്ഞയുടനെ അനന്തപത്മനാഭന്റെ നേതൃത്വത്തിൽ ഒരു കൂട്ടം നാടാർപ്പട മാങ്കോട്ടാശാന്റെ ഭവനത്തിലേക്ക് തിരിച്ചു. അവിടെയതാ ആ ഭവനം ചാമ്പലായിക്കിടക്കുന്നു. പിന്നെ അവിടെ നടന്നത് ഒരു ഉഗ്രൻ സംഘട്ടനമായിരുന്നു. നാടാർപ്പടയും എതിരാളികൾ തമ്മിൽ ഏറ്റുമുട്ടി. മാങ്കോട്ടാശാന്റെ ഭവനം കത്തിയമർന്നു. എങ്കിലും ഏറ്റുമുട്ടലിൽ അനന്തന്റെ പട വിജയം വരിച്ചു. പിന്നീട് തുടർസംഘട്ടനങ്ങൾ പലതുമുണ്ടായി. ഇരുചേരിയിലും പെട്ട അനേകം പേർ കൊല്ലപ്പെട്ടു. യുവരാജാവിനെ കൈയിൽക്കിട്ടാത്ത തമ്പിമാരുടെ സൈന്യം വലിയ രോഷത്തിലായിരുന്നു.

ഒരു പ്ലാവ് അമ്മച്ചിപ്ലാവ് ആകുന്നു

യുവരാജാവിന്റെ വ്യക്തിഗത സംരക്ഷകനായി അനന്തപത്മനാഭൻ സദാസമയവും കൂടെയുണ്ടായിരുന്നു. ഒരിക്കൽ അവർ രണ്ടുപേരും കൂടി നെയ്യാറ്റിൻകരയിൽ ഇന്നത്തെ ശ്രീകൃഷ്ണസ്വാമിക്ഷേത്രം സ്ഥിതി ചെയ്യുന്ന സ്ഥലത്തെത്തിയപ്പോൾ എതിരാളികൾ തൊട്ടുതൊട്ടില്ലെന്ന മട്ടിൽ അവരെ പിന്തുടർന്നു. ഭ്രാന്തന്റെ രൂപത്തിൽനിന്ന. അനന്തനെയും ബ്രാഹ്മണവേഷധാരിയായിരുന്ന യുവരാജാവിനെയും ശത്രുക്കൾ കാണുന്നതിന് മുമ്പ് അനന്തൻ അടുത്തുകണ്ട ഒരു പ്ലാവിന്റെ പോട്ടിനുള്ളിൽ യുവരാജാവിനെ ഒളിപ്പിച്ചിരുത്തി. യുവരാജാവ് പ്ലാവിന്റെ പോട്ടിൽ കയറിയയുടൻതന്നെ ശത്രുക്കൾ അവിടെയെത്തി. ഭ്രാന്തരൂപിയായ അനന്തൻ ചില ഗോഷ്ടികൾ കാണിച്ച് പാട്ടുംപാടി അവിടെ നിന്നെങ്കിലും അദ്ദേഹത്തെ ആരും തിരിച്ചറിഞ്ഞില്ല. മാത്രമല്ല, ശത്രുക്കളെ വഴിതിരിച്ചു പറഞ്ഞുവിടുകയും ചെയ്തു. യുവരാജാവ് മഹാരാജാവായതോടെ ആ പ്ലാവ് 'അമ്മച്ചിപ്ലാവ്' എന്നറിയപ്പെട്ടു തുടങ്ങി. ആ പ്ലാവ് പിന്നീട് പട്ടുപോയെങ്കിലും അത് നിന്നിരുന്ന സ്ഥലത്തു അതിന്റെ ഓർമ്മയ്ക്കായി ഇപ്പോൾ പുതിയ പ്ലാവ് വച്ചു പിടിപ്പിച്ചിട്ടുണ്ട്.

ഉണ്ണാമലക്കടയിലെ താമസം

ആ ഒളിവുജീവിതത്തിനിടയിൽ ഒരു ദിവസം രണ്ടുപേരും കൂടി യാത്ര ചെയ്ത് കന്യാകുമാരി ജില്ലയിലെ പ്രസിദ്ധ പട്ടണമായ കുഴിത്തുറയിലെത്തി. അവിടെനിന്നും അല്പം മാറി മാർത്താണ്ഡത്തിനടുത്തു ഒരു നെയ്ത്തുകേന്ദ്രം ഉണ്ടായിരുന്നു. അർദ്ധരാത്രിയായപ്പോൾ രണ്ടുപേരും കൂടി അവിടെയെത്തി അടുത്തുകണ്ട ഒരു നാടാർ ഭവനത്തിൽച്ചെന്നു കതകിനു മുട്ടിവിളിച്ചപ്പോൾ ഗൃഹനാഥൻ പുറത്തുവന്നു. വിവരം പറഞ്ഞപ്പോൾ ആ രാത്രി അവിടെ കഴിഞ്ഞുകൊള്ളാൻ അയാൾ അനുവാദം കൊടുത്തു. ഗൃഹനാഥൻ ഭാര്യയോട് ആഹാരം തയ്യാറാക്കാൻ പറഞ്ഞപ്പോൾ തങ്ങൾ ആഹാരം കഴിച്ചുവെന്നു യുവരാജാവും അനന്തനും കള്ളം പറഞ്ഞു. കടുത്ത വിശപ്പോടെയാണ് കിടന്നതെങ്കിലും യാത്രാക്ഷീണം കൊണ്ട് ഉറങ്ങിപ്പോയി. കലശലായ വിശപ്പുണ്ടായിരുന്നതുകൊണ്ട് നേരം വെളുക്കുന്നതിനു മുമ്പ് ഉണരുകയും ചെയ്തു. അപ്പോൾ യുവരാജാവ്

ഗൃഹനാഥനോട് വിവരം തുറന്നു പറഞ്ഞു.

"നേറ്റു ഉണ്ണാമലൈ കിടന്തോം. എങ്കളുക്ക് ഏതാവതു വേണ്ടും" ക്ഷണനേരം കൊണ്ട് ആ ഗൃഹസ്ഥ അവർക്ക് കഴിക്കാൻ വേണ്ടതെല്ലാം കൊടുക്കുകയും നന്ദി പറഞ്ഞുകൊണ്ട് അവർ അവിടെനിന്നു പോവുകയും ചെയ്തു. ആ സംഭവത്തോടുകൂടിയാണ് ആ സ്ഥലത്തിനു 'ഉണ്ണാമലക്കട' എന്നു പേരു പതിഞ്ഞതെന്നു കരുതിപ്പോരുന്നു.

തുടർന്നു കൽക്കുളത്തേക്കു പോകാമെന്നു അനന്തനും ഓട്ടനും അഭിപ്രായപ്പെട്ടു. പക്ഷേ, യുവരാജാവ് മറ്റൊരു കാര്യംകൂടി മനസ്സിലാക്കിയിരുന്നു. അവിടെ എതിരാളികൾ ധാരാളം യുദ്ധോപകരണങ്ങൾ സൂക്ഷിച്ചിട്ടുണ്ടെന്നും തങ്ങൾ അവിടെയെത്തിയാൽ അവർ ആ ആയുധങ്ങൾ തങ്ങളുടെ നേർക്ക് പ്രയോഗിക്കാൻ ഇടയുണ്ടെന്നും മഹാരാജാവ് അഭിപ്രായപ്പെട്ടു. അതുകൊണ്ട് മധുരരാജാവിന്റെ നിയന്ത്രണത്തിലുള്ള തോവാളക്കോട്ടയിലെത്തി അവരുടെ സഹായം സ്വീകരിച്ചു.കൊണ്ട് അവരിൽ നിന്നും പുതിയ പടക്കോപ്പുകൾ വാങ്ങുന്നതായിരിക്കും നല്ലതെന്നും അദ്ദേഹം പറഞ്ഞു.

പക്ഷേ, തോവാളക്കോട്ടയിലേക്കു പോകുന്നത് സുരക്ഷിതമല്ലെന്നും നാഗർകോവിലിനടുത്തുള്ള പൊറ്റയാടിയിലെ താണുമലയപ്പെരുമാൾക്ക് ധാരാളം ബന്ധുബലവും ധനശേഷിയും ഉണ്ടെന്നും പെരുമാളുടെ കൊട്ടാരത്തിൽ താമസിച്ചുകൊണ്ട് മധുരരാജാവുമായി സഖ്യചർച്ച നടത്താൻ എളുപ്പമാകുമെന്നും ഓട്ടൻ അഭിപ്രായപ്പെട്ടു. യുവരാജാവും അനന്തനും അതു ശരിവയ്ക്കുകയും തുടർന്ന് യുവരാജാവിനെ അവിടേക്ക് ആനയിക്കുകയും ചെയ്തു.

യുവരാജാവ് എവിടെയാണെന്നു അറിയാനായി തമ്പിമാരുടെ സൈന്യം സാധാരണജനങ്ങളെയും നാടാർപ്പടയിലെ യോദ്ധാക്കളെയും കൂട്ടംകൂട്ടമായി പിടിച്ചുകൊണ്ടുപോയി അവർക്കു നേരെ മർദ്ദനമുറകൾ അഴിച്ചുവിട്ടു. പക്ഷേ, എത്ര ഉപദ്രവിച്ചിട്ടും അവരിൽനിന്നും വിവരമൊന്നും ലഭിച്ചില്ല. ജനവികാരം മാർത്താണ്ഡവർമ്മയ്ക്ക് അനുകൂലമാണെന്നു മനസ്സിലാക്കിയ അനന്തൻ ഒരുവിഭാഗം നാടാർപ്പടയുമായി കൽക്കുളത്തേക്കു തിരിച്ചു. അവിടെ എത്തിയപ്പോൾ ഗ്രാമവാസികൾ ഒന്നടങ്കം നാടാർപ്പടയെ സ്വീകരിച്ചു. ഗ്രാമവാസികളോടൊപ്പം നാടാർപ്പട അനന്തന്റെ നേതൃത്വത്തിൽ കോട്ടവാതിലിൽ എത്തി. തുടർന്നു അതിരൂക്ഷമായ ഏറ്റുമുട്ടലാണ് നടന്നത്. ഇരുഭാഗത്തും ധാരാളം പേർ മരിച്ചു. അനേകം പേർക്ക് പരിക്കേറ്റു. തമ്പിമാർ മുറിവേറ്റു വീണു. എതിരാളികൾക്ക് പിടിച്ചു നില്ക്കാനായില്ല. അതിൽപ്പെട്ട ശേഷിച്ച സൈന്യം അനന്തന്റെയും നാടാർപ്പടയുടെയും മുന്നിൽ കീഴടങ്ങി. അനന്തൻ കാത്തിരുന്ന നിമിഷമായിരുന്നു അത്. ഉടൻതന്നെ അനന്തൻ യുവരാജാവിനെ ഒരു ദൂതൻ മുഖേന വിവരമറിയിച്ചു. തുടർന്നു മാർത്താണ്ഡവർമ്മയുടെ അനുവാദത്തോടെ പത്മനാഭൻ തമ്പിയെയും രാമൻ തമ്പിയെയും നാടാർപ്പട വധിച്ചു. തുടർന്നു അനന്തനും മാർത്താണ്ഡവർമ്മയും ചില കളരിയാശാന്മാരും നാഗർകോ

വിലിൽ ഒരിടത്തു യോഗം ചേർന്നു ആഹ്ലാദം പങ്കിട്ടു. അനന്തനെയും നാടാർപ്പടയെയും എത്ര അഭിനന്ദിച്ചാലും പോരെന്നു യുവരാജാവിനു തോന്നി. സാദ്ധ്യമായ തരത്തിൽ അദ്ദേഹം അഭിനന്ദനം രേഖപ്പെടുത്തുകയും അവർ ഭാവി പരിപാടികളുടെ ഒരു രൂപരേഖ തയ്യാറാക്കുകയും ചെയ്തു.

യുവരാജാവ് മഹാരാജാവാകുന്നു

തമ്പിമാരെ വധിക്കുകയും കുഞ്ചുകൂട്ടത്തെ തോല്പിക്കുകയും ചെയ്തശേഷം അനന്തപത്മനാഭന്റെ നേതൃത്വത്തിൽ നാടാർപ്പട മാർത്താണ്ഡവർമ്മയെന്ന യുവരാജാവിനെ മഹാരാജാവായി വാഴിച്ചു. 1729 ൽ ആയിരുന്നു അത്. സാധാരണ കിരീടധാരണ വേളയിൽ ഉണ്ടാകുന്ന ചടങ്ങുകളൊന്നും മാർത്താണ്ഡവർമ്മയുടെ കാര്യത്തിൽ ഉണ്ടായില്ല.

സ്ഥാനാരോഹണത്തോടുകൂടി കൽക്കുളംകൊട്ടാരം മാർത്താണ്ഡവർമ്മയുടെയും ചാരോട്ടു കൊട്ടാരം അനന്തപത്മനാഭന്റെയും ഔദ്യോഗിക വസതികളായി. പഴയ മാടമ്പിസൈന്യത്തിന്റെ സ്ഥാനത്തു നാടാർപ്പട അവരോധിക്കപ്പെട്ടു. ഉന്നതമായ സ്ഥാനമാനങ്ങൾ ലഭിച്ച അനന്തപത്മനാഭൻ വേണാടിന്റെ വലിയ പടത്തലവനും മാർത്താണ്ഡവർമ്മയുടെ വ്യക്തിഗത സംരക്ഷകനും പ്രധാന ഉപദേഷ്ടാവുമായി ഉയർത്തപ്പെട്ടു. മാർത്താണ്ഡവർമ്മയോടും അനന്തപത്മനാഭനോടും ജനങ്ങൾക്കുള്ള കൂറും ബഹുമാനവും നാൾക്കുനാൾ വർദ്ധിച്ചുവന്നു. കൊട്ടാരത്തിലെ ഒരംഗമെന്നപോലെ കഴിഞ്ഞിരുന്ന രാമയ്യൻ ദളവയായി അവരോധിതനാവുകയും ചെയ്തു. അനന്തപത്മനാഭന്റെ ഉയർച്ച രാമയ്യന്റെ സ്വൈരം കെടുത്തി. അയാൾ അനന്തപത്മനാഭനെതിരെ തിരിഞ്ഞു.

മുണ്ടന്റെ രക്തസാക്ഷിത്വം

മുണ്ടന്റെ ദൗത്യ നിർവ്വഹണം തുടർന്നുകൊണ്ടേയിരുന്നു. തമ്പിമാർ കൊല്ലപ്പെട്ടതും എതിരാളികൾ കീഴടങ്ങിയതും യുവരാജാവ് മഹാരാജാവായി സ്ഥാനാരോഹണം ചെയ്തതുമൊന്നും അറിയാതെ എതിരാളികളെ വഴിതെറ്റിക്കുവാനായി ഒരു സന്ന്യാസിയുടെ വേഷത്തിൽ അയാൾ തോവാളയിലേക്ക് തിരിച്ചു. നടന്നു നടന്നു രാത്രിയായപ്പോൾ ചെന്നുപെട്ടത് ഒരു പൊന്തക്കാട്ടിലായിരുന്നു. അവിടെക്കണ്ട ജീർണ്ണിച്ച ഓലപ്പുരയിൽ രാത്രി കഴിച്ചുകൂട്ടിയ അദ്ദേഹം അതിരാവിലെ ഉണർന്നു സന്ന്യാസിയുടെ വേഷം മാറി യുവരാജാവിന്റെ വേഷം ധരിച്ച് തോവാളയിലേക്ക് പോകാൻ തയ്യാറെടുക്കുകയായിരുന്നു. യുവരാജാവ് മഹാരാജാവയ കാര്യം മുണ്ടനെപ്പോലെ തന്നെ തമ്പിമാരുടെ ഒരു പ്രധാന സഹായിയായിരുന്ന മാധവനെന്ന മാടമ്പിയും അറിഞ്ഞിരുന്നില്ല. മുണ്ടൻ തോവാളയിലേക്കു പോകുകയാണെന്നു മണത്തറിഞ്ഞ മാധവമാടമ്പിയും കൂട്ടരും യദൃച്ഛയാ പ്രച്ഛന്നവേഷനായ മുണ്ടനെ കണ്ട് യുവരാജാവാണെന്നു തന്നെ കരുതി. കലിതുള്ളിക്കൊണ്ട് മാധവനും കൂട്ടരും മുണ്ടനെ വളഞ്ഞ് പിടി

കൂടുകയും കൈകാലുകൾ വരിഞ്ഞുകെട്ടി ഒരു പല്ലക്കിൽ കിടത്തിയിട്ട് ആ പല്ലക്ക് വീണ്ടും വരിഞ്ഞുകെട്ടുകയും ചെയ്തു. ഓട്ടൻ അങ്ങനെ സന്തോഷിച്ചു കിടക്കുകയാണ്. യുവരാജാവാണെന്ന ധാരണയിൽ തന്നെ അവർ വധിക്കുമെന്നു മനസ്സിലാക്കിയിട്ടും അയാൾക്ക് ഒരു കുലുക്കവുമുണ്ടായില്ല. മുണ്ടനെ ചുമക്കാൻ വിധിക്കപ്പെട്ട മാധവനും കൂട്ടരും ആ പല്ലക്കും ചുമന്നുകൊണ്ട് കൊട്ടാരത്തിലേക്കു നടന്നു. വഴിക്കുവച്ച് ഒരു യാത്രക്കാരനിൽ നിന്ന് നാടാർപ്പട നാഗർകോവിലിൽ തമ്പടിച്ചിട്ടുണ്ടെന്ന വിവരമറിഞ്ഞു. അതുകൊണ്ട് അയാൾ വഴിമാറി ഇരവിപ്പുത്തൂർ എന്ന സ്ഥലവും കടന്ന് ചാലിക്കുളത്തെത്തി. അവിടെവച്ച് ചില കരംപിരിവ് ഉദ്യോഗസ്ഥന്മാർ നടന്നുവരുന്നത് അവർ കണ്ടു. രാമവർമ്മ മഹാരാജാവ് നാടുനീങ്ങിയെന്നും തമ്പിമാർ കൊല്ലപ്പെട്ടെന്നും മാർത്താണ്ഡവർമ്മയെന്ന യുവരാജാവ് മഹാരാജാവായി സ്ഥാനാരോഹണം ചെയ്തിരിക്കുകയാണെന്നുമുള്ള വിവരമറിഞ്ഞ മാധവൻ ഞെട്ടിപ്പോയി. പിന്നെ ആരെയാണ് തങ്ങൾ ബന്ധനസ്ഥനാക്കി കൊണ്ടുവന്നിരിക്കുന്നത്? സൂക്ഷ്മപരിശോധനയിൽ അതു മുണ്ടനാണെന്നു അവർക്കു മനസ്സിലായി. കോപാന്ധനായ മാധവൻ തന്റെ വാൾ ഊരി മുണ്ടനെ വെട്ടി. മുണ്ടൻ രക്തസാക്ഷിയായി.

മുണ്ടന്റെ സ്മാരകം

ആ വാർത്ത വളരെ പെട്ടെന്നുതന്നെ നാടെങ്ങും പരന്നു. മഹാരാജാവും നാടാഴ്‌വാർ ആയിരുന്ന താണുമലയപ്പെരുമാളും അനന്തപത്മനാഭനും വല്ലാതെ ദുഃഖിച്ചു. തനിക്കും രാജ്യത്തിനുംവേണ്ടി രക്തസാക്ഷിത്വം വരിച്ച മുണ്ടനെ എങ്ങനെയാണു ബഹുമാനിക്കുക? മുണ്ടന്റെ ഓർമ്മയ്ക്കായി ഒരു സ്മാരകശില സ്ഥാപിച്ച് ആ സ്ഥലത്ത് ഒരു ക്ഷേത്രം നിർമ്മിക്കുവാൻ മഹാരാജാവ് ഉത്തരവിട്ടു. തന്നെ സഹായിച്ച എല്ലാവരെയും തിരിച്ചു സഹായിക്കുന്നതിൽ മഹാരാജാവ് ബദ്ധശ്രദ്ധനായിരുന്നു. അദ്ദേഹം താണുമലയപ്പെരുമാളിന് സ്വന്തം ഉടവാൾ സമ്മാനമായി നല്കി. അദ്ദേഹത്തിന്റെ കുടുംബക്കാരെ പിതൃതുല്യർ എന്നർത്ഥം വരുന്ന 'മാറച്ചൻ' എന്ന പേരു നല്കി ബഹുമാനിച്ചു. മുണ്ടന്റെ സ്മാരകം ഇപ്പോഴും പൊറ്റയാടിയിൽ തിരുവനന്തപുരം-കന്യാകുമാരി റോഡിന്റെ ഒരു വശത്തായി സ്ഥിതി ചെയ്യുന്നു.

പിള്ളമാരെ ശിക്ഷിക്കുന്നു

തമ്പിമാരുടെ മരണവും മാർത്താണ്ഡവർമ്മയുടെ സ്ഥാനാരോഹണവും എട്ടുവീട്ടിൽ പിള്ളമാർക്കും കൂട്ടർക്കും ഏറ്റ ഒരു ആഘാതമായിരുന്നു. അതുകൊണ്ട് അവർക്ക് അപ്പോഴേക്കും ശക്തനായി കഴിഞ്ഞിരുന്ന മഹാരാജാവിനെതിരെ ഒരു നടപടിയും സ്വീകരിക്കാൻ കഴിഞ്ഞില്ല. എങ്കിലും മഹാരാജാവിനും പടത്തലവനും എതിരെ ജനരോഷം ഇളക്കി

വിടാൻ അവർ ആവുന്നത്ര ശ്രമിച്ചു. അപ്പോൾ അവരെ രാജ്യദ്രോഹക്കുറ്റത്തിനു ശിക്ഷിക്കുവാനല്ലാതെ രാജാവിനും മറ്റൊന്നും ചെയ്യാനുണ്ടായിരുന്നില്ല. എട്ടുവീട്ടിൽ പിള്ളമാരെയും അവരുടെ സഹായികളെയും വധിക്കുകയും അവരുടെ വസ്തുവകകൾ കണ്ടുകെട്ടുകയും അവരുടെ വീടുകൾ കുളം കോരുകയും ചെയ്തു. അവരുടെ സ്ത്രീകളെ മുക്കുവർക്ക് കൊടുത്തു. അതോടെ മാർത്താണ്ഡവർമ്മ മഹാരാജാവ് കൂടുതൽ ശക്തനായിത്തീർന്നു. മാർത്താണ്ഡവർമ്മയുടെ നിർദ്ദാക്ഷിണ്യമായ ഈ നടപടികൾ വേണാട്ടിൽ നാടുവാഴിത്തത്തിന്റെ ജീർണ്ണ പ്രാസാദങ്ങളെ നിലംപരിശാക്കി. പ്രബലവും കേന്ദ്രീകൃതവുമായ ഒരു ഭരണം രൂപപ്പെടുകയും ചെയ്തു.

രാജ്യവിസ്തൃതി

മാർത്താണ്ഡവർമ്മ അധികാരം ഏറ്റെടുത്തതോടെ അനന്തപത്മനാഭന്റെ നേതൃത്വത്തിലുള്ള നാടാർപ്പട പൂർണ്ണമായും തിരുവിതാംകൂറിന്റെ ഔദ്യോഗിക സൈന്യമായി. മാർത്താണ്ഡവർമ്മയുടെ ശ്രദ്ധ പിന്നീട് പതിഞ്ഞത് രാജ്യം വിസ്തൃതമാക്കുന്ന കാര്യത്തിലാണ്. തിരുവിതാംകോടിന്റെ പരമാധികാരിയും വേണാട്ടു രാജവംശത്തിന്റെ തലവനുമെന്ന നിലയിൽ മാർത്താണ്ഡവർമ്മയ്ക്കുണ്ടായിരുന്ന ന്യായമായ അവകാശം ഉപയോഗിച്ച് ആറ്റിങ്ങൽ ദേശവഴിയുടെ നേരിട്ടുള്ള നിയന്ത്രണം ഏറ്റെടുക്കുകയും അങ്ങനെ ഡച്ചുകാർ, ഇംഗ്ലീഷുകാർ തുടങ്ങിയ വിദേശ ശക്തികളുമായി ആറ്റിങ്ങൽ തമ്പുരാട്ടിമാർക്ക് സ്വതന്ത്രമായുണ്ടായിരുന്ന ഇടപാടുകൾ തടയുകയും ചെയ്തു.

കൊല്ലവുമായി യുദ്ധം

ആറ്റിങ്ങലിന്റെ ലയനത്തിനുശേഷം മാർത്താണ്ഡവർമ്മയുടെ ശ്രദ്ധ പതിഞ്ഞത് തന്റെ അമ്മാവനായ ഉണ്ണിക്കേരളവർമ്മയ്ക്കെതിരെ ആയിരുന്നു. അതിനു കാരണമുണ്ട്. ഉണ്ണിക്കേരളവർമ്മ സ്വതന്ത്രമായി അധികാരം കൈയാളിയിരുന്ന പ്രദേശമാണ് കൊല്ലം അഥവാ ദേശിങ്ങനാട്. അദ്ദേഹം മറ്റൊരു സ്വതന്ത്ര രാജ്യമായ കായംകുളവുമായി സഖ്യത്തിൽ ഏർപ്പെട്ടിരുന്നു. ആ സഖ്യം അരക്കിട്ടുറപ്പിക്കുന്നതിനായി അദ്ദേഹം കായംകുളത്തുനിന്ന് ഒരു രാജകുമാരിയെ ദത്തെടുക്കുകയും ചെയ്തിരുന്നു. മാത്രമല്ല തൃപ്പാപ്പൂരിനു അവകാശപ്പെട്ട കല്ലടയുടെ ഒരു ഭാഗം അദ്ദേഹം കൈയടക്കുകയും ചെയ്തിരുന്നു. അദ്ദേഹത്തിന്റെ ഈദൃശമായ പ്രവൃത്തികൾ മാർത്താണ്ഡവർമ്മയെ ചൊടിപ്പിച്ചു. തന്റെ നേർക്കുള്ള വെല്ലുവിളിയല്ലേ അമ്മാവന്റെ ഈ പ്രവൃത്തികൾ? മാർത്താണ്ഡവർമ്മ ചിന്തിച്ചു. ഉടൻതന്നെ ഉത്തരവും കിട്ടി. തന്റെ നേർക്കുള്ള വെല്ലുവിളികൾ തന്നെ. പിന്നെ അമാന്തിച്ചില്ല. മാർത്താണ്ഡവർമ്മയുടെ സൈന്യം കൊല്ലത്തേക്കു നീങ്ങി. അമ്മാവനുമായുണ്ടായ യുദ്ധത്തിൽ മാർത്താണ്ഡവർമ്മ വിജയശ്രീ ലാളിതനായി. സന്ധിസംഭാഷണത്തിനിടെ

കായംകുളത്തുനിന്നുള്ള ദത്ത് റദ്ദുചെയ്യാൻ ഉണ്ണിക്കേരളവർമ്മ സന്നദ്ധനായി. മാത്രമല്ല, കോട്ടകൾ പൊളിച്ചു മാറ്റാമെന്നും മാർത്താണ്ഡവർമ്മയോട് പഴയപോലെ സഖ്യത്തിൽ കഴിയാമെന്നും ഉണ്ണിക്കേരളവർമ്മയ്ക്ക് സമ്മതിക്കേണ്ടിവന്നു. എങ്കിലും അദ്ദേഹത്തെ തടവുകാരനാക്കുന്നതിനുള്ള തന്റെ നിശ്ചയം മാർത്താണ്ഡവർമ്മ തിരുത്തിയില്ല. ഉണ്ണിക്കേരളവർമ്മയെ തിരുവനന്തപുരത്തു കൊണ്ടുചെന്നു വലിയ കോയിക്കൽ കൊട്ടാരത്തിൽ എല്ലാ സൗകര്യങ്ങളോടുംകൂടി ഒരു രാജകീയ തടവുകാരനായി പാർപ്പിച്ചു. എങ്കിലും കൊല്ലത്തിന്മേൽ ഒരു കണ്ണുവേണമെന്നു മാർത്താണ്ഡവർമ്മയ്ക്കു തോന്നിയിരുന്നു. അതിനാൽ കൊല്ലത്തു സമാധാനം നിലനിർത്തുന്നതിന് കൊല്ലത്തു ഒരു ചെറുസൈന്യത്തെ വിന്യസിക്കുകയും ചെയ്തു.

കായംകുളത്തിനെതിരെ

അമ്മാവനായ ഉണ്ണിക്കേരളവർമ്മയ്ക്കെതിരെ മാർത്താണ്ഡവർമ്മ സ്വീകരിച്ച നടപടി കായംകുളം രാജാവിനെയും അസ്വസ്ഥനാക്കി. മാർത്താണ്ഡവർമ്മ തന്നെയും ആക്രമിക്കുമോയെന്ന് കായംകുളം രാജാവ് ഭയന്നു. അതിനകം മാർത്താണ്ഡവർമ്മ മാർത്ത പിടിച്ചെടുക്കുകയും കായങ്കുളത്തെ ആക്രമിക്കാനായി സൈന്യത്തെ സജ്ജമാക്കുകയും ചെയ്തു. അതറിഞ്ഞ കായംകുളം രാജാവ് കൊച്ചി, പുറക്കാട്, വടക്കുംകൂർ എന്നിവിടങ്ങളിലെ രാജാക്കന്മാരുമായി ചേർന്ന് ഒരു സൈനികസഖ്യത്തിനു രൂപം കൊടുക്കാൻ മുൻകൈയെടുക്കുകയും തിരുവനന്തപുരത്തു തടവിലായിരുന്ന ഉണ്ണിക്കേരളവർമ്മയുമായി ബന്ധം പുലർത്തി സഖ്യകക്ഷികളുടെ പിന്തുണ അദ്ദേഹത്തിനു പ്രഖ്യാപിക്കാനുമായി രഹസ്യ ദൂതന്മാരെ അയച്ചു. ആ ദൗത്യം വിജയം കണ്ടു. തടവിലായിരുന്ന ഉണ്ണിക്കേരളവർമ്മ കാവല്ക്കാരുടെ കണ്ണുവെട്ടിച്ച് തടവുചാടി പുതുതായി രൂപം കൊണ്ട സഖ്യകക്ഷികളുമായി ചേർന്നു. അദ്ദേഹം പുതിയ കോട്ടകൾ കെട്ടുകയും വേണാട്ടിൽ നിന്നുണ്ടാകാനിടയുള്ള ആക്രമണത്തിനെതിരെ കൊല്ലത്തിന്റെ പ്രതിരോധ നടപടികൾ ബലപ്പെടുത്തുകയും ചെയ്തു. കിട്ടിയ അവസരത്തിന് ഉണ്ണിക്കേരളവർമ്മ ഡച്ചുകാരുമായി അടുത്തു. ഡച്ചുകാർ അദ്ദേഹത്തിനു പിന്തുണ വാഗ്ദാനം ചെയ്തെങ്കിലും ഫലത്തിൽ അതുണ്ടാവില്ല. അപ്പോഴേക്കും കായംകുളം രാജാവ് മാർത്ത ആക്രമിക്കുകയും തിരുവല്ലയിലെ നെടുമ്പുറം കൊട്ടാരത്തിൽ താമസിക്കുകയായിരുന്ന ആറ്റിങ്ങൽ റാണിയെ അപമാനിക്കുകയും ചെയ്തു. മാർത്താണ്ഡവർമ്മയോടുള്ള ദേശിങ്ങനാടുരാജാവിന്റെ എതിർപ്പും ഡച്ചുകാരുടെ ഉപജാപങ്ങളും മാർത്താണ്ഡവർമ്മയെ ചൊടിപ്പിച്ചു. തുടർന്ന് അദ്ദേഹം നെടുമങ്ങാടും കൊട്ടാരക്കരയും പിടിച്ചെടുത്തു. ഇളയിടത്തു സ്വരൂപത്തിന്റെയും കായംകുളത്തിന്റെയും സൈന്യം ഒന്നിക്കാതിരിക്കാൻവേണ്ടിയാണ് അദ്ദേഹം അത് ചെയ്തത്. 1734 ൽ മാർത്താണ്ഡവർമ്മ ഇളയിടത്തു സ്വരൂപത്തിലെ അംഗങ്ങളെ തിരുവനന്തപുരത്തു മാറ്റി

പ്പാർപ്പിച്ചു. തുടർന്നു കൊല്ലം പിടിച്ചെടുക്കാനായി മാർത്താണ്ഡവർമ്മയുടെ ശ്രമം. അതിനുവേണ്ടി അദ്ദേഹം ദളവയായിരുന്ന രാമയ്യനോട് ആവശ്യപ്പെടുകയും രാമയ്യന്റെ കീഴിൽ ഒരു സേനാവിഭാഗത്തെ കൊല്ലത്തേക്ക് അയക്കുകയും ചെയ്തു. പക്ഷേ, രാമയ്യൻ പരാജയപ്പെടുകയാണുണ്ടായത്. അദ്ദേഹത്തിനും സൈന്യത്തിനും പരാജയം സമ്മതിച്ച് കൊല്ലത്തുനിന്നു പിന്തിരിയേണ്ടിവന്നു.

അനന്തരം മാർത്താണ്ഡവർമ്മ ഫ്രഞ്ചുകാരുമായും ഇംഗ്ലീഷുകാരുമായും കൂട്ടുകൂടി. അവരുടെ സഹായത്തോടെ തന്റെ സൈന്യത്തെ ആധുനികരീതിയിൽ ആയുധമണിയിച്ചുകൊണ്ട് വീണ്ടും കൊല്ലത്തിന്റെ നേർക്കു തിരിഞ്ഞു. തുടർന്നുണ്ടായ യുദ്ധത്തിൽ, 1734 ൽ കായംകുളം രാജാവ് രണഭൂമിയിൽ മരിച്ചുവീണെങ്കിലും തന്റെ ലക്ഷ്യം നേടാൻ മാർത്താണ്ഡവർമ്മയ്ക്കായില്ല. മരിച്ച കായങ്കുളം രാജാവിന്റെ അനുജന്റെ നേതൃത്വത്തിൽ കൊല്ലത്തിന്റെയും കായംകുളത്തിന്റെയും സംയുക്ത സൈന്യം പ്രതിരോധം തുടർന്നു. തുടർന്നുനടന്ന ഗംഭീരമായ യുദ്ധത്തിൽ പരാജയം ഏറ്റുവാങ്ങിയ മാർത്താണ്ഡവർമ്മ സ്വന്തം രാജധാനിയിലേക്കു മടങ്ങി.

ഇളയിടത്തു സ്വരൂപവുമായി യുദ്ധം

തുടർന്ന് മാർത്താണ്ഡവർമ്മയുടെ നീക്കം ഇളയിടത്തുസ്വരൂപത്തിനെതിരെയായിരുന്നു. ഇളയിടത്ത് സ്വരൂപമെന്ന പേരിൽ അറിയപ്പെട്ടിരുന്നത് കൊട്ടാരക്കരയാണ്. തിരുവനന്തപുരത്തു ഏകാന്തത്തടവിലായിരുന്ന ഇളയിടത്തു സ്വരൂപത്തിലെ മൂപ്പൻ 1736 ൽ മരണ മടഞ്ഞുവെങ്കിലും അധികാരമേല്ക്കാൻ മൂത്ത റാണിയെ മാർത്താണ്ഡവർമ്മ അനുവദിച്ചില്ല. ഗത്യന്തരമില്ലാതെ റാണി തെക്കുംകൂറിൽ രാഷ്ട്രീയാഭയം തേടി. വളർന്നുവരുന്ന മാർത്താണ്ഡവർമ്മയുടെ ശക്തിക്ക് തടയിടാൻ കിണഞ്ഞു ശ്രമിക്കുകയായിരുന്നു ഡച്ചുകാർ. ആ അവസരം മുതലെടുത്തുകൊണ്ട് അവർ റാണിക്ക് വേണ്ടി യുദ്ധസന്നദ്ധരായി രംഗത്തുവന്നു. ഡച്ചു പ്രതിനിധിയായ വാൻ ഇം ഹോഫ് മാർത്താണ്ഡവർമ്മയെ സന്ദർശിച്ച് അയൽരാജ്യങ്ങളോട് അദ്ദേഹം അനുവർത്തിച്ചുവരുന്ന നയങ്ങളോടുള്ള പ്രതിഷേധം അറിയിച്ചു. പക്ഷേ, ഒരു സമവായമുണ്ടാക്കാൻ വാൻ ഇം ഹോഫിനു കഴിഞ്ഞില്ല. മാത്രമല്ല സ്ഥിതിഗതികൾ മൂർച്ഛിക്കുവാൻ മാത്രമേ ആ സന്ദർശനംകൊണ്ടു കഴിഞ്ഞുള്ളൂ. റാണിയെ ഇളയിടത്തു സ്വരൂപത്തിൽ ഭരണാധികാരിയായി വീണ്ടും പ്രതിഷ്ഠിക്കുന്നതിനു മാർത്താണ്ഡവർമ്മയ്ക്ക് താല്പര്യം ഉണ്ടായിരുന്നില്ല. എന്നാൽ ഡച്ചുകാർ അതിനെ തൃണവൽഗണിച്ചുകൊണ്ട് റാണിയെ വീണ്ടും ഇളയിടത്തു സ്വരൂപത്തിന്റെ സിംഹാസനത്തിൽ പ്രതിഷ്ഠിച്ചു. തുടർന്നുണ്ടായ സൈനിക നീക്കത്തിൽ മാർത്താണ്ഡവർമ്മയ്ക്കായിരുന്നു വിജയം. അദ്ദേഹത്തിന്റെ സൈന്യം ഇളയിടത്തു സ്വരൂപത്തിന്റെയും ഡച്ചുകാരുടെയും സംയുക്തസൈന്യത്തെ അമ്പേ പരാജയപ്പെടുത്തി. തുടർന്ന് മാർത്താണ്ഡവർമ്മ ഇളയി

ടത്തു സ്വരൂപം പിടിച്ചെടുക്കുകയും ഇളയിടത്തു റാണി ഡച്ചുകാരുടെ സംരക്ഷണയിൽ കൊച്ചിയിൽ അഭയം പ്രാപിക്കുകയും ചെയ്തു.

കുളച്ചൽ യുദ്ധം

അനന്തരം മാർത്താണ്ഡവർമ്മ ഡച്ചുകോട്ടകൾക്കെതിരെ തിരിഞ്ഞു. കോട്ടകൾക്കെതിരെ ഒരു ആക്രമണ പരമ്പരതന്നെ നടത്തി അദ്ദേഹം ഡച്ചുകോട്ടകൾ ഓരോന്നായി പിടിച്ചെടുത്തു. മാർത്താണ്ഡവർമ്മയുടെ സുനിശ്ചിതമായ തീരുമാനങ്ങൾ ഡച്ചുകാരെ കുറച്ചൊന്നുമല്ല അലട്ടിയത്. മാർത്താണ്ഡവർമ്മയ്ക്കെതിരെ പൊരുതാൻ അവർ നിർബ്ബന്ധിതരായി. ശ്രീലങ്കയിൽ ക്യാമ്പു ചെയ്തിരുന്ന ഡച്ചുകാരുടെ ഒരു പീരങ്കിപ്പട കുളച്ചലിൽ വന്നിറങ്ങി മാർത്താണ്ഡവർമ്മയുടെ തലസ്ഥാനമായ കൽക്കുളത്തേക്കു നീക്കി. ആ സമയം മാർത്താണ്ഡവർമ്മ വടക്കൻ പ്രദേശങ്ങളിൽ സൈനിക നീക്കങ്ങളുമായി കഴിയുകയായിരുന്നു. ഡച്ചുകാരുടെ പീരങ്കിപ്പട കൽക്കുളത്തേക്ക് നീങ്ങുന്നതറിഞ്ഞ് മാർത്താണ്ഡവർമ്മ ഉടൻതന്നെ സൈന്യത്തെ തെക്കോട്ടു നയിക്കുകയും ഡച്ചുകാർ കൽക്കുളം പിടിക്കുന്നതിനുമുമ്പ് അവിടെ എത്തിച്ചേരുകയും ചെയ്തു. 1741 ആഗസ്ത് 4-ാം തീയതി കുളച്ചലിൽ വച്ച് ഗംഭീരമായ ഒരു യുദ്ധം ആരംഭിച്ചു. ആ യുദ്ധത്തിൽ ചെമ്പിൽ അരയനനെന്ന മുക്കുവ പ്രമാണിയുടെ നേതൃത്വത്തിൽ ഒരു കൂട്ടം മുക്കുവർ കട്ടമരങ്ങളും നാടൻവള്ളങ്ങളും കടലിലിറക്കി ഡച്ചുപടയെ ഉപരോധിച്ചു. അവരുടെ കൈവശം യുദ്ധോപകരണങ്ങളൊന്നും ഉണ്ടായിരുന്നില്ല. എന്നാൽ വലിയ സ്രാവിനെ പിടിക്കാൻ ഉപയോഗിക്കുന്ന വലിയ ചൂണ്ട, ചുരുട്ടുവാൾ എന്നിവ അവർ കൈയിൽ കരുതിയിരുന്നു. അവർ ആ മത്സ്യബന്ധനോപകരണങ്ങൾ ഉപയോഗിച്ച് കപ്പലിലെ ഡച്ചുനാവികാരെ ആക്രമിച്ച് കീഴ്പ്പെടുത്തി. ആ മുക്കുവൻ ഡച്ചുകാരുടെ കപ്പലുകൾക്കിടയിൽപോയി മൂർച്ചയേറിയ ആയുധങ്ങളുപയോഗിച്ച് കപ്പലുകളുടെ അടിത്തട്ട് മുറിച്ച് കടലിൽ മുക്കുകയും അനേകം ഡച്ചുകാർ കൊല്ലപ്പെടുകയും ചെയ്തു. 1741 ആഗസ്ത് പത്താം തീയതി ഡച്ചുകാരുടെ മേൽ മാർത്താണ്ഡവർമ്മ നേടിയ ഉജ്ജ്വല വിജയത്തോടെ സുപ്രസിദ്ധമായ കുളച്ചൽ യുദ്ധം അവസാനിച്ചു. അനന്തപത്മനാഭനായിരുന്നു ഈ യുദ്ധത്തിൽ വേണാടിന്റെ സൈന്യത്തെ നയിച്ചത്. ജീവനോടെ ശേഷിച്ച ഡച്ചുകാരെ തടവുകാരായി പിടിച്ച് മാർത്താണ്ഡവർമ്മയുടെ മുന്നിൽ ഹാജരാക്കി. ഡിലനോയ് എന്ന നാവികനായിരുന്നു അവരിൽ ഏറ്റവും പ്രശസ്തൻ. അദ്ദേഹത്തെ 'മാർത്താണ്ഡവർമ്മ' പിന്നീട് തന്റെ വലിയ കപ്പിത്താനായി നിയമിച്ചു. ഡിലനോയ് വേണാടിന്റെ സൈന്യത്തെ ആധുനികരീതിയിലുള്ള യുദ്ധമുറകൾ അഭ്യസിപ്പിക്കുകയും സൈന്യം കൂടുതൽ ശക്തമാവുകയും ചെയ്തു. അനന്തപത്മനാഭന്റെ ധൈര്യവും വൈദഗ്ദ്ധ്യവും നാടാർപ്പടയുടെ സേവനവും കൂട്ടായ പരിശ്രമവുംകൊണ്ടാണ് മാർത്താണ്ഡവർമ്മയ്ക്ക് കുളച്ചൽ യുദ്ധത്തിൽ ജയിക്കാൻ കഴിഞ്ഞത്. കുളച്ചൽ യുദ്ധം ഒരു മഹാവിപത്തായാണ് ഡച്ചു

കാർക്ക് അനുഭവപ്പെട്ടത്. ഡിലനോയ് സ്വദേശത്തേക്ക് മടങ്ങിപ്പോയില്ല. അദ്ദേഹത്തിന്റെ മൃതശരീരം ഇവിടെത്തന്നെ സംസ്കരിച്ചു. ഉദയഗിരിക്കോട്ടയിൽ അദ്ദേഹം അന്ത്യവിശ്രമം കൊള്ളുന്നു.

ഡച്ചുസൈന്യത്തിലെ അംഗമായിരുന്നെങ്കിലും ഡിലനോയ് ഡച്ചുകാരൻ ആയിരുന്നില്ല. ജർമ്മൻകാരനായിരുന്ന ഡിലനോയ് സംഗതിവശാൽ ഡച്ചു സേനയിൽ കയറിപ്പറ്റുകയായിരുന്നു. അതു സംബന്ധിച്ച രേഖകളൊന്നും തന്നെയില്ല. ഡിലനോയിയുടെ പത്താം തലമുറയിൽപ്പെട്ട ജർമ്മൻകാരനായ ഒരു യുവാവ് തന്റെ പൈതൃകത്തിന്റെ വേരുകൾ തേടി കേരളത്തിലെത്തിയപ്പോൾ സംസ്ഥാന പുരാരേഖ വകുപ്പിന്റെ തിരുവനന്തപുരം സെൻട്രൽ ആർക്കൈവ്സിലുമെത്തി. അന്നു ആ ആർക്കൈവ്സിലെ ആർക്കിവിസ്റ്റായിരന്നു ഈ ഗ്രന്ഥകാരൻ. ഡിലനോയിയുടെ മേല്പറഞ്ഞ പിൻമുറക്കാരൻ മുഖാമുഖം പറഞ്ഞറിഞ്ഞതാണ് ഡിലനോയ് ജർമ്മൻകാരനായിരുന്നുവെന്ന കാര്യം.

കുളച്ചൽ യുദ്ധത്തോടെ മാർത്താണ്ഡവർമ്മയുടെയും അനന്തപത്മനാഭന്റെയും കീർത്തി നാടെങ്ങും പരന്നു. ആ യുദ്ധത്തോടെ തിരുവിതാംകൂർ ഏഷ്യയിലെ ഏറ്റവും വലിയ നാവികശക്തിയായി അറിയപ്പെട്ടു.

ശ്രദ്ധേയമായ കാര്യം ആ യുദ്ധസമയത്ത് രാജ്യത്തിന് ഔദ്യോഗികമായി ഒരു സൈന്യം ഉണ്ടായിരുന്നില്ലെന്നതാണ്. അനന്തപത്മനാഭന്റെ നേതൃത്വത്തിലുള്ള നാടാർപ്പടയും മുക്കുവരുടെ നാവിക വ്യൂഹവുമാണ് കുളച്ചൽ യുദ്ധത്തിൽ വിജയം നേടാൻ മാർത്താണ്ഡവർമ്മയ്ക്ക് തുണയായത്. തിരുവിതാംകൂർ ചരിത്രത്തിലെ തീക്ഷ്ണമായ ഒരു മുഹൂർത്തമായിരുന്നു കുളച്ചൽ യുദ്ധകാലം. ഔദ്യോഗിക സൈന്യമായ പുള്ളിപ്പട്ടാളം രൂപം കൊണ്ടത് പില്ക്കാലത്താണ്.

ആ യുദ്ധത്തിൽ പങ്കെടുത്ത അനന്തന്റെ സേനയിൽ ഓരോ വീട്ടിൽ നിന്നും കുറഞ്ഞത് ഒരാളെങ്കിലും പങ്കെടുത്തിരുന്നു. അവരിൽ അനേകം പേർ കൊല്ലപ്പെട്ടു. അവരെയോർത്തു ആ വീട്ടുകാർ ദുഃഖിച്ചില്ല. അവരെ 'പടയ്ക്കു പോന്നവൻ' എന്നു പറഞ്ഞു വീട്ടുകാർ അനുസ്മരിക്കുന്നു.

കായങ്കുളവുമായി യുദ്ധം

കുളച്ചൽ യുദ്ധത്തിൽ തോറ്റശേഷം ഡച്ചുകാർ അവരുടെ ശ്രദ്ധ കേന്ദ്രീകരിച്ചത് കൊല്ലത്തായിരുന്നു. കൊല്ലം രാജാവിന്റെ സഹായത്തോടെ 'വാമനപുരം' എന്ന പ്രദേശം പിടിച്ചെടുക്കാൻ അവർക്ക് കഴിഞ്ഞെങ്കിലും അത് നിലനിർത്താനായില്ല. ആറായിരത്തോളം പടയാളികൾ ഉൾപ്പെടുന്ന ഒരു തിരുവിതാംകൂർ സൈന്യം രാമയ്യൻ ദളവയുടെ നേതൃത്വത്തിൽ കൊല്ലത്തെ കോട്ട വളഞ്ഞു. കായംകുളത്തിന്റെ ഡച്ചുകാരുടെയും സൈന്യം ഒത്തുചേർന്ന് കോട്ട പ്രതിരോധിച്ചു. തൃപ്പാപ്പൂർ സൈന്യത്തിനു പിൻവാങ്ങേണ്ടിവന്നു. അനന്തരം ഡച്ചുകാരുടെയും കായംകുളത്തിന്റെയും സംയുക്ത സൈന്യം തെക്കോട്ടുനീങ്ങി കിളിമാനൂർ പിടിച്ചെടുത്തു. 1742 ൽ ആയിരുന്നു അത്. ക്ഷുഭിതനായ മാർത്താ

ണ്ഡവർമ്മ തിരുനെൽവേലിയിൽനിന്നു കുതിരപ്പട്ടാളത്തെ വിളിച്ചുവരുത്തുകയും രാജാവുതന്നെ ഒരു വലിയ സൈന്യത്തെ കിളിമാനൂരിലേക്ക് നയിക്കുകയും ചെയ്തു. മാർത്താണ്ഡവർമ്മ തന്നെ നേരിട്ടു സൈന്യത്തിന്റെ നിയന്ത്രണം ഏറ്റെടുത്തിരുന്നെങ്കിലും സമരതന്ത്രങ്ങൾമൂലം ആ സൈന്യം മൂന്നുമുന്നണികളായി വിഭജിക്കപ്പെട്ടിരുന്നു. രാമയ്യൻ ദളവയും ഡിലനോയിയും അനന്തപത്മനാഭനും ഓരോ വിഭാഗം സൈന്യത്തിനും നേതൃത്വം നല്കി. വളരെ പ്രയാസം കൂടാതെ അവർ കിളിമാനൂർ പിടിച്ചെടുത്തതിനെത്തുടർന്നു ശത്രുസൈന്യം വൻനാശത്തോടെ കൊല്ലത്തേക്കു നീങ്ങി. അനന്തരം തിരുവിതാംകൂർ സൈന്യം കായംകുളം ലക്ഷ്യമാക്കി മുന്നേറി. ആദ്യമൊക്കെ ചെറുത്തുനിന്ന കായംകുളം രാജാവ് പിന്നീട് കീഴടങ്ങാൻ തയ്യാറായി. അദ്ദേഹം സമാധാനത്തിനു വേണ്ടി അപേക്ഷിച്ചു. അതിന്റെ അടിസ്ഥാനത്തിൽ രണ്ടു രാജ്യങ്ങളും ചേർന്ന് ഒരു ഉടമ്പടിയുണ്ടാക്കി. 1742 ൽ മാന്നാർ എന്ന സ്ഥലത്തുവച്ചായിരുന്നു അത്. അതിനാൽ അത് മാന്നാർ ഉടമ്പടി എന്നറിയപ്പെടുന്നു. ആ ഉടമ്പടി പ്രകാരം, മുമ്പ് ദേശിങ്ങനാടിന്റെ കീഴിലുണ്ടായിരുന്ന പ്രദേശങ്ങളെല്ലാം തിരുവിതാംകൂറിനു വിട്ടുകൊടുത്തു.

എന്നാൽ കായംകുളം രാജാവ് വാക്കുപാലിക്കാതെ വടക്കുംകൂർ, തെക്കുംകൂർ, പുറക്കാട് എന്നിവിടങ്ങളിലെ രാജാക്കന്മാരുമായി കൂടിയാലോചന നടത്തുകയും അവരുടെ പിന്തുണ ഉറപ്പാക്കുകയും ചെയ്തു. അതോടെ കായംകുളം രാജാവിന്റെ മട്ടുമാറി. അദ്ദേഹം സന്ധി വ്യവസ്ഥകൾ ലംഘിച്ചു. ഉടൻതന്നെ മാർത്താണ്ഡവർമ്മ മറ്റൊരു സേനാവിഭാഗത്തെ കായംകുളത്തേക്കയച്ചു. അനന്തപത്മനാഭനായിരുന്നു പടത്തലവൻ. സഖ്യകക്ഷികൾ പ്രഖ്യാപിച്ചിരുന്ന പിന്തുണ പ്രാവർത്തികമാക്കിയില്ല. ഹതാശനായ കായംകുളം രാജാവ് കുടുംബാംഗങ്ങളെയെല്ലാം വേഷപ്രച്ഛന്നരാക്കി തൃശൂർക്ക് അയക്കുകയും തന്റെ വിലപ്പെട്ട നിക്ഷേപമെല്ലാം കായംകുളം കായലിൽ എറിഞ്ഞിട്ട് നാടുവിടുകയും ചെയ്തു. അത് 1746 ൽ ആയിരുന്നു. ആ അവസരം മുതലെടുത്തുകൊണ്ട് തിരുവിതാംകൂർ സൈന്യം കായംകുളത്തെ കോട്ടയും കൊട്ടാരവും പിടിച്ചെടുത്തു.

അമ്പലപ്പുഴയുമായുള്ള യുദ്ധം

കായംകുളം പിടിച്ചടക്കിയശേഷം മാർത്താണ്ഡവർമ്മയുടെ ശ്രദ്ധ പതിഞ്ഞത് അമ്പലപ്പുഴയുടെ നേർക്കാണ്. അമ്പലപ്പുഴയുടെ സൈന്യം എതിർത്തു നില്ക്കാതെ തങ്ങളുടെ രാജാവിനെ കൈവിട്ടിട്ട് മാർത്താണ്ഡവർമ്മയുടെ പക്ഷം ചേരുകയാണുണ്ടായത്. തിരുവിതാംകൂർ സൈന്യമാകട്ടെ, അമ്പലപ്പുഴ രാജാവിനെ തടവുകാരനായി പിടിച്ച് തിരുവനന്തപുരത്തേക്കയച്ചു. തെക്കുംകൂറും വടക്കുംകൂറുമായിരുന്നു മാർത്താണ്ഡവർമ്മയുടെ അടുത്ത ലക്ഷ്യം. അവർ കായംകുളം രാജാവിനു പിന്തുണ നല്കിയിരുന്നല്ലോ. രണ്ടു രാജ്യങ്ങളും കാര്യമായ പ്രതിരോധത്തിനു ഒരു

മെട്ടില്ല. അതിനാൽ വലിയ പ്രയാസം കൂടാതെ ആ രണ്ടു രാജ്യങ്ങളും തിരുവിതാംകൂറിനോട് ചേർക്കുവാൻ മാർത്താണ്ഡവർമ്മയ്ക്കു കഴിഞ്ഞു. അതോടൊപ്പം തന്നെ മീനച്ചൽ താലൂക്കും തിരുവിതാംകൂറിനോട് ചേർക്കാൻ കഴിഞ്ഞു. 1753 ൽ ഡച്ചുകാരും തിരുവിതാംകൂറുമായി മാവേലിക്കരയിൽ വച്ച് ഒരു സന്ധിയുണ്ടാക്കി. അതിൻപ്രകാരം നാട്ടുരാജാക്കന്മാരുടെ അഭിപ്രായവ്യത്യാസങ്ങളിൽ യാതൊരു കാരണവശാലും തങ്ങൾ പങ്കെടുക്കുന്നതല്ലെന്നു ഡച്ചുകാർ തിരുവിതാംകൂറിന് ഉറപ്പു കൊടുത്തു. അതോടൊപ്പം ഡച്ചുകാർ കേരളത്തിലെ മഹാരാജാക്കന്മാരുമായി ചെയ്തിരുന്ന കരാറുകൾ റദ്ദാക്കുകയും തിരുവിതാംകൂറിനോട് സമാധാനപൂർവ്വം കഴിയാമെന്ന് സമ്മതിക്കുകയും ചെയ്തു. ഈ സന്ധി മാർത്താണ്ഡവർമ്മ കൈവരിച്ച ഒരു വലിയ നേട്ടമായിരുന്നു. കേരളത്തിന്റെ വലിയൊരു ഭാഗത്തെ രാഷ്ട്രീയമായി ഏകീകരിക്കാനും ആ പ്രദേശങ്ങളെ മുഴുവൻ തിരുവിതാംകൂറിന്റെ ഭാഗമാക്കാനുള്ള വഴി തുറന്നുകൊടുത്തത് ആ സന്ധിയിലായിരുന്നു.

വടക്കൻ പ്രദേശങ്ങളിലെ അസ്വാസ്ഥ്യങ്ങൾ

നാടായ നാടെല്ലാം മാർത്താണ്ഡവർമ്മ കീഴടക്കിയെങ്കിലും അവയെ സംയോജിപ്പിച്ച് ഉറപ്പു വരുത്തുക ക്ഷിപ്രസാദ്ധ്യമായിരുന്നില്ല. അദ്ദേഹം പിടിച്ചെടുത്ത വടക്കൻ നാടുകളിൽ 1754 ൽ ഒരു കലാപം പൊട്ടിപ്പുറപ്പെട്ടു. അവിടങ്ങളിൽനിന്നു ഓടിപ്പോയ രാജാക്കന്മാർ തിരുവിതാംകൂറിന്റെ അധികാരസമ്മർദ്ദത്തിൽനിന്നു രക്ഷപ്പെടാൻ കൊച്ചി രാജാവിന്റെ സഹായം തേടി. കൊച്ചി രാജാവാകട്ടെ അക്കാലത്തു തിരുവിതാംകൂറുമായി അത്ര സ്വരച്ചേർച്ചയിലും ആയിരുന്നില്ല. മാർത്താണ്ഡവർമ്മ കൊച്ചി രാജ്യത്തിനവകാശപ്പെട്ട കരപ്പുറം കീഴടക്കി അതിന്റെ ഭരണം നിർവ്വഹിക്കാൻ തിരുവിതാംകൂറിന്റെ സാമന്തന്മാരായി ചാഴൂർ തമ്പാന്മാരെ ഏർപ്പെടുത്തിയതായിരുന്നു അതിനുകാരണം. തന്നെ സമീപിച്ച രാജാക്കന്മാരുടെ നേതൃത്വം ഏറ്റെടുത്ത കൊച്ചിരാജാവ് ഒരു ബഹുജന പ്രക്ഷോഭത്തിനു രൂപം കൊടുത്തു. സ്ഥാനഭ്രഷ്ടരായ രാജാക്കന്മാർക്കുവേണ്ടി കൊച്ചിരാജാവും അദ്ദേഹത്തിന്റെ പ്രഭുക്കന്മാരും കൊച്ചിയിലെ ഡച്ചുകാരും ചേർന്ന് മാർത്താണ്ഡവർമ്മയ്ക്കെതിരെ കരുനീക്കങ്ങൾ നടത്തി. കൊച്ചീരാജാവിന്റെ സേവകനായ പള്ളിയിൽ ഇടിക്കേള മേനോന്റെ നേതൃത്വത്തിൽ മുഴുവൻ സൈന്യവും ഒത്തുകൂടി. തുടർന്നുണ്ടായ യുദ്ധത്തിൽ കൊച്ചിയുടെ സൈന്യം ഛിന്നഭിന്നമായിപ്പോകുകയും കൊച്ചിയിലെ പല പ്രഭുക്കന്മാരും കൊല്ലപ്പെടുകയും ചെയ്തു. കൊച്ചിയുടെ സൈന്യാധിപനായിരുന്ന ഇടിക്കേള മേനോനെ പിടിച്ച് ബന്ധനസ്ഥനാക്കി വധിച്ചു. തുടർന്ന് തിരുവിതാംകൂർ സൈന്യം കരപ്പുറത്ത് തെക്ക് ഉദയംപേരൂർ മുതൽ കിഴക്ക് മാമലവരെയുള്ള പ്രദേശങ്ങൾ കീഴടക്കി. അതോടെ അരൂക്കുറ്റിവരെയുള്ള പ്രദേശങ്ങളെല്ലാം തിരുവിതാംകൂറിന്റെ നിയന്ത്രണത്തിലായി.

അക്കാലത്താണ് തിരുവിതാംകൂറിനെ ആക്രമിക്കാൻ കോഴിക്കോട്ടു

സാമൂതിരി ചില പദ്ധതികൾ ആവിഷ്കരിച്ചത്. അതറിഞ്ഞ് 1757 ൽ തിരുവിതാംകൂറും കൊച്ചിയും ചേർന്ന് ഒരു സംയുക്ത സൈന്യം ഉണ്ടാക്കി. അമ്പലപ്പുഴ യുദ്ധത്തെത്തുടർന്ന് (1754) തിരുവനന്തപുരത്തു തടവുകാരനായി കഴിയുകയും പിന്നീട് വിട്ടയക്കപ്പെടുകയും ചെയ്ത പാലിയത്തു കോമിയച്ചനായിരുന്നു ഈ സന്ധിക്ക് മുന്നിട്ടിറങ്ങിയത് സാമൂതിരിയുടെ ആക്രമണത്തിനെതിരായി തിരുവിതാംകൂർ കൊച്ചിയെ സഹായിക്കാമെന്നും ഉറപ്പു കൊടുത്തു. വടക്കേ അതിർത്തിയിലെ അസ്വാസ്ഥ്യങ്ങൾ ഇല്ലാതാക്കാൻ കഴിയുന്ന ഈ സന്ധി മാർത്താണ്ഡവർമ്മയുടെ ഒരു വിജയമായിരുന്നു.

വൈദേശിക ആക്രമണങ്ങൾ

1740 കാലത്ത് മാർത്താണ്ഡവർമ്മയ്ക്ക് കിഴക്കൻ പ്രദേശങ്ങളിലെ വൈദേശിക ആക്രമണം നേരിടേണ്ടിവന്നു. ആർക്കാട്ട് നവാബിന്റെ ബന്ധുക്കളായ ഛന്ദാസാഹിബും ബാബാ സാഹിബും നാഗർകോവിൽ, ശുചീന്ദ്രം, കോട്ടാർ തുടങ്ങിയ പ്രദേശങ്ങൾ ആക്രമിച്ചു. പക്ഷേ, രാമയ്യൻ ദളവയുടെ നേതൃത്വത്തിൽ തിരുവിതാംകൂർ സൈന്യം അവരെ തുരത്തി. 1752 ൽ മാർത്താണ്ഡവർമ്മ വടക്കൻ പ്രദേശങ്ങളിൽ സൈനിക നീക്കങ്ങളുമായി കഴിയവെ തൃശ്ശിനാപ്പള്ളിയിലെ ഗവർണറായ മദമ്യ തിരുവിതാംകൂറിൽപ്പെട്ട കളക്കാട്, വള്ളിയൂർ എന്നീ പ്രദേശങ്ങൾ പിടിച്ചെടുത്തെങ്കിലും നല്ലൊരു തുക കൈപ്പറ്റിക്കൊണ്ട് ആ പ്രദേശങ്ങൾ തിരികെ വിട്ടുകൊടുക്കുകയും ചെയ്തു. ഇതിനിടയിൽ മദമ്യയുടെ പകരക്കാരനായി കർണ്ണാട്ടിക് നവാബ് തന്റെ സഹോദരനെ അയച്ചു. ആ സൈന്യത്തിനു മുന്നിൽ പിടിച്ചു നില്ക്കാനാകാതെ തിരുവിതാംകൂർ സൈന്യം പിൻവാങ്ങി. വടക്കൻ പ്രദേശങ്ങളിലെ കലാപങ്ങൾ അടിച്ചമർത്തിയ ശേഷം മാർത്താണ്ഡവർമ്മയുടെ ശ്രദ്ധ വീണ്ടും കിഴക്കൻ പ്രദേശങ്ങളിലേക്ക് തിരിയുകയും കളക്കാട് കോട്ട തിരികെ പിടിക്കുകയും ചെയ്തു.

മാർത്താണ്ഡവർമ്മയുടെ ഭരണം

പ്രധാനപ്പെട്ട പല പരിഷ്കാരങ്ങളുംകൊണ്ട് ശ്രദ്ധേയമായിരുന്നു മാർത്താണ്ഡവർമ്മയുടെ ഭരണകാലം. പകുതിയെ (വില്ലേജ്) അടിസ്ഥാനഘടകമായി നിശ്ചയിച്ച്കൊണ്ട് അതിന്റെ ഭരണത്തിനു പ്രവൃത്തിക്കാരെ നിയമിച്ചുകൊണ്ട് ഭരണസംവിധാനം പുനഃസംഘടിപ്പിച്ചതാണ് ശ്രദ്ധേമായ ഒരു കാര്യം. ഗ്രാമതലത്തിൽപ്പെട്ട ഭരണപരമായ എല്ലാ കാര്യങ്ങളുടെയും ചുമതല പ്രവൃത്തിക്കാർക്കായിരുന്നു. ഇന്നും നാം അനുവർത്തിക്കുന്ന സമ്പ്രദായം അതുതന്നെയാണല്ലോ. പല പകുതികൾ ചേർന്ന് മണ്ഡപത്തുംവാതില്ക്കൽ എന്ന ദേശവിഭാഗത്തിനു രൂപം നല്കി. കാര്യക്കാർ എന്ന പേരിലുള്ള ഉദ്യോഗസ്ഥരായിരുന്നു മണ്ഡപത്തും വാതില്ക്കലുകളുടെ ഭരണ നിർവ്വഹണം നടത്തിയിരുന്നത്. അന്നത്തെ കാര്യക്കാർ പിന്നീട് തഹസിൽദാരും മണ്ഡപത്തിൻ വാതില്ക്കൽ താലൂക്കുമായി മാറി.

പൊതുഭരണത്തിന്റെ വിവിധ ചെലവുകൾക്ക് വെവ്വേറെ നിശ്ചിത തുക നീക്കിവച്ചുകൊണ്ട് പതിവുകണക്ക് എന്ന വാർഷിക ബഡ്ജറ്റ് (budget) തയ്യാറാക്കുന്ന സമ്പ്രദായം അദ്ദേഹമാണ് കൊണ്ടുവന്നത്. സുപ്രധാന മായ ആ ഭരണരീതി ഇന്നും നാം പിന്തുടരുന്നുണ്ടല്ലോ.

നികുതി പിരിക്കുന്നതിലും മാർത്താണ്ഡവർമ്മ ശ്രദ്ധ പതിപ്പിച്ചു. നിലം - പുരയിടങ്ങളുടെ കണ്ടെഴുത്തു നടത്തുന്നതിന് പ്രത്യേക ഉദ്യോഗസ്ഥനെ നിയമിച്ചതും ഒരു പ്രധാന കാര്യമാണ്. 1739 ൽ പള്ളിയാടി മല്ലൻ ശങ്ക രൻ എന്നയാളെ പ്രത്യേക തസ്തികയിൽ നിയമിച്ചുകൊണ്ടായിരുന്നു തുടക്കം. വസ്തുക്കളെ ദേവസ്വം, ബ്രഹ്മസ്വം, ദാനം, പണ്ടാരവക എന്നി ങ്ങനെ വിഭജിക്കുന്ന സമ്പ്രദായം ആവിഷ്കരിച്ചു നടപ്പാക്കിയത് ഈ മല്ലൻ ശങ്കരനായിരുന്നു. മഹാരാജാവിന്റെ ഉത്തരവിൻ പ്രകാരമായിരുന്നു ഈ വിഭജനം. എല്ലാ ഭൂവുടമകൾക്കും കൈവശമുള്ള ഭൂമിയുടെ കരം നിശ്ചയിച്ചുകൊണ്ട് പട്ടയം നല്കി. സർക്കാരിന്റെ വ്യാപാരശാലകൾ പുന സംഘടിപ്പിക്കുകയും നാടിന്റെ നാനാഭാഗങ്ങളിലും സംഭരണശാലകൾ തുറക്കുകയും ചില ചരക്കുകളുടെ കച്ചവടവും ഉപ്പ് ഉല്പാദനവും സർക്കാ രിന്റെ കുത്തകയാക്കുകയും ചെയ്തു. പഴയ കോട്ടകൾ പുതുക്കുകയും പുതിയ കോട്ടകൾ കെട്ടുകയും ചെയ്തു. നാടിന്റെ നാനാഭാഗങ്ങളിലും പൊതുജനങ്ങൾക്ക് ഉപയോഗപ്രദമാകുന്ന രീതിയിൽ നിർമ്മാണ പ്രവർത്തനങ്ങൾ നടത്തി. ജലസേചനസൗകര്യങ്ങൾ വർദ്ധിപ്പിച്ച മഹാ രാജാവിന് കൃഷിയിൽ പ്രത്യേക താല്പര്യമുണ്ടായിരുന്നു. ഗതാഗതത്തി നുവേണ്ടി പുതിയ റോഡുകൾ നിർമ്മിക്കുകയും രാജ്യത്തിന്റെ പ്രതി രോധ സജ്ജീകരണം മെച്ചപ്പെടുത്തുന്നതിൽ പ്രത്യേക ശ്രദ്ധ പുലർത്തു കയും ചെയത്.

സാംസ്കാരിക രംഗം

ഹിന്ദുമതത്തെ സംരക്ഷിക്കുന്നതിന് മാർത്താണ്ഡവർമ്മ എല്ലാവിധ ഒത്താശകളും ചെയ്തു കൊടുത്തു. മതരംഗമെന്നപോലെ സാഹിത്യരം ഗവും കലാരംഗവും മാർത്താണ്ഡവർമ്മയുടെ കാലത്തു പുഷ്ടി പ്രാപിച്ചു. കൂത്ത്, പാഠ്യം, തുള്ളൽ തുടങ്ങിയ ക്ഷേത്രകലകൾക്ക് വേണ്ട പ്രോത്സാ ഹനം നല്കി. ചുമർ ചിത്രകലകൾ അക്കാലത്ത് പരിപുഷ്ടി പ്രാപിക്കു കയുണ്ടായി. രാമപുരത്തുവാര്യർ, കുഞ്ചൻ നമ്പ്യാർ, ഉണ്ണായി വാര്യർ തുടങ്ങിയവർ മാർത്താണ്ഡവർമ്മയുടെ ആസ്ഥാനകവികളായിരുന്നു.

രാമപുരത്തുവാര്യർ മാർത്താണ്ഡവർമ്മയുടെ സദസ്യനായത് അവി ചാരിതമായിട്ടാണ്. ദാരിദ്ര്യദുഃഖം സഹിക്കാനാകാതെ സ്വദേശം വിട്ട് വൈക്കത്തു ചെന്നുചേർന്ന വാര്യർ വൈക്കം ക്ഷേത്രത്തിൽ ഒരു സംവ ത്സര ഭജനം തുടങ്ങി. ഭജനം കാലംകൂടുന്ന ദിവസം മാർത്താണ്ഡവർമ്മ മഹാരാജാവ് വൈക്കം ക്ഷേത്രത്തിൽ എഴുന്നള്ളിയിരുന്നു. മഹാരാജാ വിനെ കണ്ടയുടൻ വാര്യർ അദ്ദേഹത്തെ സ്തുതിച്ചുകൊണ്ട് നാലഞ്ചു ശ്ലോകം എഴുതിയുണ്ടാക്കി. കൂടെയുണ്ടായിരുന്ന രാമയ്യൻ ദളവ മുഖാ

ന്തരം മഹാരാജാവിനെ ഏല്പിച്ചു. മഹാരാജാവ് തിരുവനന്തപുരത്തേക്കു മടങ്ങുമ്പോൾ വാര്യരും ഹാജരുണ്ടായിരുന്നു. വാര്യരുംകൂടി ബോട്ടിൽ കയറിക്കൊള്ളുന്നതിനു മഹാരാജാവു കല്പിക്കുകയും അതിൻപ്രകാരം വാര്യർ കൂടി ബോട്ടിൽ കയറി മഹാരാജാവിനോടൊപ്പം യാത്ര ആരംഭിക്കുകയും ചെയ്തു. ബോട്ട് കുറച്ചുദൂരം പിന്നിട്ടപ്പോൾ ഒരു വഞ്ചിപ്പാട്ട് ഉണ്ടാക്കി പാടുന്നതിന് മഹാരാജാവ് വാര്യരോട് കല്പിച്ചു. അതിൻപ്രകാരം രചിച്ച കൃതിയാണ് സുപ്രസിദ്ധമായ *കുചേലവൃത്തം വഞ്ചിപ്പാട്ട്.* ബോട്ട് തിരുവനന്തപുരം കടവിൽ അടുത്തപ്പോഴേക്കും വാര്യരുടെ പാട്ടും പൂർത്തിയായിരുന്നു. ആ പാട്ടിലെ ഒരു സൂചന കൊണ്ട് വാര്യർ ദരിദ്രനാണെന്നു മഹാരാജാവ് മനസ്സിലാക്കുകയും ചെയ്തിരുന്നു.

തിരുവനന്തപുരത്തുവന്നു ചേർന്നയുടനെ വാര്യർക്ക് താമസിക്കുന്നതിന് ഒരു മുറിയും ആഴ്ച മുറയ്ക്ക് എണ്ണയും രണ്ടു നേരം പക്കത്തു ഭക്ഷണവും കൊടുക്കുന്നതിനു കല്പനയുണ്ടായി. അതിൻപ്രകാരം വാര്യർ അവിടെ ഏതാനും ദിവസം താമസിച്ചു. ഒടുവിൽ മുഖം കാണിച്ച് യാത്ര പറഞ്ഞുപോയ സമയം യാതൊന്നും കൊടുത്തുമില്ല. സ്വഗൃഹത്തിനടുത്തെത്തിയപ്പോൾ വാര്യർക്ക് കൃഷ്ണനെ സന്ദർശിച്ചു മടങ്ങിയ കുചേലനെന്നപോലെ കുറച്ച് പരിഭ്രമവും അന്ധാളിത്തവുമൊക്കെ അനുഭവപ്പെട്ടു. വാര്യർ തിരുവനന്തപുരത്ത് ഉണ്ടായിരുന്ന സമയം കൊണ്ട് അദ്ദേഹത്തിന്റെ ഗൃഹം വലിയൊരു മാളികയായിട്ടു പണിയിക്കുകയും ഗൃഹത്തിനുവേണ്ട പാത്രങ്ങളും വീട്ടുകാർക്കെല്ലാം ആടയാഭരണങ്ങളും കരമൊഴിവായി വളരെ വസ്തുക്കളും കൊടുത്തുകഴിഞ്ഞിരുന്നു.

മഹാരാജാവിന്റെ പ്രതിഫലവും പ്രതികാരവും

മാർത്താണ്ഡവർമ്മ യുവരാജാവായി കഴിഞ്ഞകാലത്ത് തമ്പിമാരെയും പിള്ളമാരെയും ഭയന്ന് പലയിടങ്ങളിലും വേഷപ്രച്ഛന്നനായി കഴിഞ്ഞിട്ടുണ്ട്. അക്കാലത്തെല്ലാം അദ്ദേഹത്തിന് താങ്ങും തണലുമായി നിന്നത് പിന്നീട് പടത്തലവനായ അനന്തപത്മനാഭനാണ്. അക്കാലത്തൊരിക്കൽ ഒരു മദ്ധ്യാഹ്ന സമയത്ത് അദ്ദേഹം വേഷം മാറി കുന്നത്തൂർ താലൂക്കിൽപ്പെട്ട കണ്ണങ്കോട് എന്ന സ്ഥലത്തെത്തി. അവിടെ വലിയ ഒരു മാളിക കണ്ട് അങ്ങോട്ട് കയറിച്ചെന്ന് അവിടുത്തെ ഗൃഹസ്ഥനോട് പറഞ്ഞു "ഞാൻ ഇന്നലെത്തന്നെ ആഹാരമൊന്നും കഴിച്ചിട്ടില്ല. വിശപ്പും ദാഹവും കലശലായിട്ടുണ്ട്. അതിനാൽ ആഹാരത്തിനു വല്ലതും ഏർപ്പാടു ചെയ്തു തരണം. പക്ഷേ, ഗൃഹനാഥന് അതത്ര രസിച്ചില്ല. അയാൾ തന്റെ ഭൃത്യനെ വിളിച്ച് "എടാ അയാൾക്ക് ഒരു ഉപ്പുമാങ്ങ എടുത്തുകൊടുക്ക്" എന്നുപറഞ്ഞു. അതുകേട്ട് മഹാരാജാവ് അവിടെ നിന്നിറങ്ങി അതിനടുത്തുണ്ടായിരുന്ന മറ്റൊരു വീട്ടിൽ കയറിച്ചെന്നു. അവിടെ പരുഷന്മാരാരും ഉണ്ടായിരുന്നില്ല. ഒരു വൃദ്ധയായ സ്ത്രീ മുറ്റത്തു നില്ക്കുന്നുണ്ടായിരുന്നു. മഹാരാജാവ് ആ സ്ത്രീയുടെ അടുക്കൽച്ചെന്ന് മുമ്പ് അടുത്തവീട്ടിലെ ഗൃഹസ്ഥനോട് പറഞ്ഞ അതേ കാര്യം തന്നെ പറഞ്ഞു. ബ്രാഹ്മ

ണവേഷധാരിയായിരുന്ന മഹാരാജാവിനെക്കണ്ട് അദ്ദേഹം ഏതോ ബ്രാഹ്മണനാണെന്നു തന്നെ ആ സ്ത്രീ കരുതി. എന്നിട്ട് "ആഹാരത്തിന് അടിയങ്ങൾ വല്ലതും തന്നാൽ അവിടേക്കു കൊള്ളുകയില്ലല്ലോ. അതിനാൽ ഇവിടെ അടുത്തുള്ള ബ്രാഹ്മണ ഗൃഹത്തിൽ പറഞ്ഞ് വേണ്ട ഏർപ്പാടുണ്ടാക്കാം. അവിടുന്നു കുളികഴിഞ്ഞ് ചെല്ലുമ്പോഴത്തേക്കും ആഹാരമെല്ലാം തയ്യാറായിരിക്കും" എന്നു പറഞ്ഞു. അനന്തരം കുളിക്കാൻ കുളവും ഭക്ഷണത്തിനു ബ്രാഹ്മണഗൃഹവും കാണിച്ചുകൊടുക്കുന്നതിനു ഒരാളെ ചട്ടംകെട്ടി മഹാരാജാവിനോടൊപ്പം അയച്ചു. അദ്ദേഹം കുളിയും നിത്യകർമ്മങ്ങളും കഴിഞ്ഞു ചെന്നപ്പോൾ ഊണിനെല്ലാം തയ്യാറായിരുന്നു. ഉടൻതന്നെ ഊണു കഴിച്ച് അദ്ദേഹം അവിടെനിന്നും ഇറങ്ങിപ്പോയി. പോകുന്നപോക്കിൽ ആ രണ്ടു വീട്ടുകാരുടെയും സ്ഥിതിയെപ്പറ്റി അയൽപക്കക്കാരോട് ചോദിക്കുകയും ആ വീട്ടുപേരുകൾകൂടി മനസ്സിലാക്കുകയും ചെയ്തു.

മഹാരാജാവ് ആദ്യം ചെന്നുകയറിയ വീട് ചിറമുണ്ടിയിൽത്തരകൻ എന്ന ധനവാന്റേതായിരുന്നു. ആ വീട്ടുകാർ വളരെ ധനികരായിരുന്നെങ്കിലും ആർക്കും പച്ചവെള്ളംപോലും കൊടുക്കാത്ത പ്രകൃതക്കാരായിരുന്നു. രണ്ടാമതു കയറിയ വീട്ടിന്റെ പേര് 'നെല്ലിമൂട്ടിൽ' എന്നായിരുന്നു. ആ വീട്ടുകാർ നിത്യവൃത്തിക്കുപോലും വിഷമിക്കുന്നവരായിരുന്നുവെങ്കിലും ദയാലുക്കളും ധർമ്മിഷ്ഠരുമായിരുന്നു. രണ്ടുവീട്ടുകാരും സുറിയാനി ക്രിസ്ത്യാനികളും ആയിരുന്നു.

മഹാരാജാവ് സ്ഥാനാരോഹണം ചെയ്തശേഷം സാധുക്കളായ നെല്ലിമൂട്ടിൽ വീട്ടുകാർക്ക് കരമൊഴിവായി ധാരാളം ഭൂമി അനുവദിച്ചു കൊടുക്കുകയും ഗൃഹനാഥന് 'മുതലാളി' എന്നൊരു സ്ഥാനം കൂടി കല്പിച്ചു കൊടുക്കുകയും ചെയ്തു. അതോടൊപ്പം ചിറ്റുണ്ടിയിൽ അരകന്റെ സ്ഥാവരജംഗമവസ്തുക്കളെല്ലാം കണ്ടുകെട്ടുകയും ദേവസ്വത്തിൽ ചേർക്കുകയും ചെയ്തു.

വേണാടെന്ന ചെറിയ രാജ്യത്തിന്റെ നാടുവാഴിയായിരുന്ന മാർത്താണ്ഡവർമ്മ ചുറ്റുപാടുമുള്ള പ്രദേശങ്ങളെയൊക്കെ ആക്രമിച്ച് കീഴടക്കി രാജ്യം വിസ്തൃതമാക്കിയാണ് ആധുനിക തിരുവിതാംകൂറിനു അടിത്തറ പാകിയത്.

തൃപ്പടിദാനം

താൻ വെട്ടിപ്പിടിച്ച് വിസ്തൃതമാക്കിയ തിരുവിതാംകൂറിനെ മാർത്താണ്ഡവർമ്മ തന്റെ കുലദൈവമായ ശ്രീപത്മനാഭന് അടിയറ വച്ചു. ആ സംഭവം കേരളചരിത്രത്തിൽ തൃപ്പടിദാനം എന്നറിയപ്പെടുന്നു. കൊല്ലവർഷം 925 മകരം 5-ാം തീയതിയായിരുന്നു അത്. (ക്രി. വ. 1750 ജനുവരി 19) അതു സംബന്ധിച്ച രേഖയുടെ (തൃപ്പടിദാനത്തിന്റെ) പൂർണ്ണരൂപം കാണുക.

> ശ്രീരാമജയം
>
> 'തൃപ്പാപ്പൂർ കീഴ്പ്പേരൂർ ശ്രീ വീരപാല മാർത്താണ്ഡവർമ്മരായ മൂത്ത തിരുവടി ഇരുന്നരുളിയേടത്തിങ്കൽനിന്ന് കല്പിച്ച് പെരുമാൾ ശ്രീപണ്ടാരത്തിലേക്ക് ഇരാചിയം എഴുതിവച്ച ചറുവചുവാർപ്പണ ഓലയ്ക്ക് എഴുതിന എതിരു.
>
> 925 ാമാണ്ട് തൈമാസം അഞ്ചാം തീയതി വീർചിക ചീന മിന വിയാഴം ചെന്ന കൊല്ലം ഇരുപത്തിയഞ്ചാമാണ്ട് മകര മാസം 5-ാം തീയതി പുതുനാക്ഷയും പുറുവപക്ഷത്തു ചത്തമിയും ഇന്നാളാൽ എഴുതിയ ചറുവ ചുവാർപ്പണ ഓലക്കരണമാവിതു ശ്രീ പണ്ടാര ക്കാര്യം ചെയ്വർകളായ പാല മാർത്താണ്ഡവർമ്മരായ തിർപ്പാ പ്പൂർ മൂപ്പിൽനിന്നും തങ്കൾക്ക് ഒള്ള തോവാളക്കോട്ടെക്ക് പടി ഞ്ഞാറു കവണാറ്റിനു കിഴക്കുള്ള ഇരാചിയത്തിനു അകത്തു ള്ളൊതു നാളതുവരെ നമുക്ക് അവകാചമായിട്ട് അനുവദിച്ച് വരു ന്നമത് കുറുത്തിയങ്ങളും താനമാനങ്ങളും മറ്റും എപ്പേർപ്പെട്ടതും പെരുമാൾ ശ്രീപണ്ടാരത്തിലേക്ക് ചറുവ ചുവാർപ്പണമാക അച ന്തിരാർക്കമെ എഴുതിക്കൊടുത്താർ ശ്രീ പണ്ടാരകാരിയം ചയ്വർക ളായ പാലമാർത്താണ്ഡവർമ്മരായ തിർപ്പലൂർ മൂപ്പിൽനിന്നും ഇമ്മാർക്കുമെ ഈ ചറുവ ചുവാർപ്പണ ഓല കൈയെഴുതിയ കണ ക്കെഴുത്ത് കണക്ക് ചങ്കര കുമാര പട്ടൻ എഴുത്ത്.

തൃപ്പടിദാനത്തെപ്പറ്റി ശ്രീ. എ ശ്രീധരമേനോൻ തന്റെ *കേരളചരിത്രം* എന്ന ഗ്രന്ഥത്തിൽ ഇപ്രകാരം രേഖപ്പെടുത്തിയിരിക്കുന്നു.

> മാർത്താണ്ഡവർമ്മ നാടുകൾ വെട്ടിപ്പിടിച്ച് വിസ്തൃതമാക്കിയ തിരു വിതാംകൂർ രാജ്യം 1750 ജനുവരി മൂന്നാം തീയതി ബുധനാഴ്ച രേവതി നക്ഷത്രവും പൂർവ്വപക്ഷത്തു സപ്തമിയും ചേർന്ന സുദി നത്തിൽ (കൊല്ലം 925 മകരം 5) ശ്രീപത്മനാഭന് സർവ്വസ്വദാന മായി സമർപ്പിച്ചത് അദ്ദേഹത്തിന്റെ കർമ്മപദ്ധതിയിലെ സുപ്രധാന സംഭവമാണ്. അന്നു മുതൽ അദ്ദേഹവും അനന്തരഗാമികളും പത്മ നാഭന്റെ ദാസന്മാർ എന്ന നിലയ്ക്ക് രാജ്യം ഭരിച്ചുകൊള്ളണമെ ന്നതായിരുന്നു തൃപ്പടിദാനത്തിന്റെ അന്തരാർത്ഥം, പക്ഷേ, ഇത് അങ്ങനെയങ്ങ് സമ്മതിച്ചുകൊടുക്കാൻ കഴിയില്ല. കാരണം, അതി നുശേഷമാണ് മാർത്താണ്ഡവർമ്മയുടെ കിരാതമായ ഭരണ നട പടികൾ പലതും ഉണ്ടായത്. അതിൽ പ്രധാനപ്പെട്ടതാണ് താണ ജാതിക്കാർക്ക് ഏർപ്പെടുത്തിയ തലവരി. തലയറ, വലയറ, കെട്ടി ലക്കം, വേലപ്പതിപ്പ്, മഞ്ചക്കുളിയാൻ പണം എന്നീ പേരുകളിലാണ് ആ നികുതികൾ അറിയപ്പെട്ടത്. ഈ കിരാതമായ നടപടികൾ പത്മ നാഭന്റേതാണെന്നും താൻ അദ്ദേഹത്തിന്റെ ദാസൻ മാത്രമാക യാൽ തനിക്ക് അതിൽ പങ്കില്ലെന്നും വിരുത്തിത്തീർക്കുക കൂടി യായിരുന്നു തൃപ്പടിദാനത്തിന്റെ അന്തരാർത്ഥം

ശ്രീപത്മനാഭദാസ കുലശേഖരപ്പെരുമാൾ എന്ന ബിരുദം

തൃപ്പടിദാനത്തോടെ മാർത്താണ്ഡവർമ്മ മഹാരാജാവ് ശ്രീപത്മനാഭന്റെ ദാസൻ ആയിക്കഴിഞ്ഞുവെങ്കിലും ശ്രീപത്മനാഭദാസൻ എന്ന ബിരുദം മഹാരാജാവ് അന്ന് ഔപചാരികമായി സ്വീകരിക്കുകയുണ്ടായില്ല. മൂന്നു വർഷം കൂടി കഴിഞ്ഞാണ് അത് സംഭവിച്ചത്. അപ്പോഴേക്കും തിരുവിതാംകൂർ പ്രശസ്തിയുടെ ഉയരങ്ങളിൽ എത്തിക്കഴിഞ്ഞിരുന്നു. കുലശേഖരന്മാരുടെ പിന്മുറക്കാരാണ് താനെന്ന ബോധവും മഹാരാജാവിൽ സംജാതമായി. അങ്ങനെ ആ രണ്ടു വിശേഷങ്ങളും തന്റെ പേരിനോട് ചേർക്കാൻ തീരുമാനിക്കുകയും ചെയ്തു. വെറുതെ സ്വീകരിച്ചാൽ പോരാത്തതുകൊണ്ട് പുരോഹിതന്മാരുടെ ആശീർവാദത്തോടെ വൈദിക വിധിപ്രകാരമുള്ള ഒരു ചടങ്ങായിട്ടാണ് അതു നിർവ്വഹിച്ചത്. ശ്രീ പത്മനാഭസ്വാമി ക്ഷേത്രമായിരുന്നു രംഗവേദി. (രാമവർമ്മ കുലശേഖരനുശേഷം വേണാട്ടു രാജാക്കന്മാർ കുലശേഖര ബിരുദം സ്വീകരിച്ചിരുന്നെങ്കിലും ഔപചാരികമായ ചടങ്ങുകളോടെ ആ ബിരുദം സ്വീകരിച്ചത് മാർത്താണ്ഡവർമ്മയാണ്) മതിലകം രേഖകളിൽ അതിനെപ്പറ്റി ഇപ്രകാരം പറഞ്ഞിരുന്നു.

> തൊള്ളായിരത്തി ഇരുപത്തിയെട്ടാമതു ആചാര്യൻ ബ്രഹ്മൻ സദസ്യർ ആർത്തീജ്യം ജാവകർ പാടകർ ഉൾപ്പെട്ടപെർ ഇരുപത്തി ഏഴ് ഉപാസകൾ പെർ പത്തും അകപെർ ഇരുപത്തിഎട്ടുക്കു ആചാര്യപാകം നാലിലൊന്ന് കൊടുത്ത് പൊൻപണം ഒരായിരത്തി അറുന്നൂറും സർവ്വാണി പ്രതിരൂപം വകയ്ക്ക് പണം ഒന്നരപ്പണം ഒന്നും അരയും പണം കാലും അക അടിച്ച സർവ്വാണി കൊടുത്ത കാശു എണ്ണായിരത്തി ഇരുന്നൂറുക്കു പൊൻ ഉടപണം നാലായിരത്തി എണ്ണൂറകം അക വകരണ്ടിനാൽ ഹിരണ്യ ഗർഭദാനം കഴിഞ്ഞ ഉടൻ പെരുമാൾ ശ്രീ പത്മനാഭപ്പെരുമാളെ തൃക്കൺ പാർക്കാൻ എഴുന്നരുളി ഒറ്റക്കൽ മണ്ഡപത്തിൽ എഴുന്നള്ളി തൃക്കൺ പാർത്തു മെപ്പടി മണ്ഡപത്തിൽ തിരുമെനിചാഷ്ടാംഗമാക നമസ്കരിച്ച് പള്ളികൊണ്ടു കിടക്കുമ്പോൾ തിരുവറൈക്കകത്തു തരവറെക്കകത്തു നിന്നും തരണനല്ലൂർ പപ്പനാപൻ പരമെശ്വരൻചെമാതിരി തിരുവടിമുടി എടുത്തു കൊണ്ടുവന്നു തിരുമുടിയിൽവച്ചു ശ്രീപത്മനാഭദാസ ബാലമാർത്താണ്ഡവർമ്മ കുലശേഖര പെരുമാൾ എന്നു മൂന്നു വട്ടം തരണനല്ലൂർ പപ്പനാപൻ പരമേശ്വരൻ തിരുനാമപ്പെർ വിളിച്ചു എന്നും നാളതു മുതല്ക്കു ശ്രീപത്മനാഭദാസ ബാലമാർത്താണ്ഡവർമ്മ കുലശേഖരപ്പെരുമാളെന്ന് തിരുനാമപ്പേര്.

(ചുരുണനമ്പർ 7 മതിലകം രേഖകൾ ഓല നമ്പർ 18, 928 ധനു 17)

മാർത്താണ്ഡവർമ്മയുടെ അന്ത്യം

തൃപ്പടിദാനം നടത്തിയതിന്റെ അടുത്തവർഷം മഹാരാജാവ് താണ ജാതിക്കാരുടെ മേൽ തലവരി ഏർപ്പെടുത്തുകയും കൊ. വ. 931 മിഥുനം 27 ന് അന്തരിക്കുകയും ചെയ്തു.

തിരുവിതാംകൂർ രാജകുടുംബത്തിലെ ഒരംഗം അന്തരിക്കുമ്പോൾ ശ്രീ. പത്മനാഭസ്വാമിക്ഷേത്രത്തിലെ വിഗ്രഹത്തിൽ ചാർത്തുന്ന 'തിരുവസ്ത്രം' കൊണ്ടു വന്നു ശരീരം പുതപ്പിക്കുക പതിവായിരുന്നു. മാർത്താണ്ഡവർമ്മ മഹാരാജാവ് നാടുനീങ്ങിയപ്പോൾ ടി തിരുവസ്ത്രം ക്ഷേത്രത്തിൽ നിന്നു കൊണ്ടുവന്നതു സംബന്ധിച്ച മതിലകം രേഖ കാണുക.

ചുരുണ നം. 6 ഓല-7 തീയതി 933-11-27

"ശ്രീ പത്മനാഭ ദാസ ബാല മാർത്താണ്ഡവർമ്മരായ കുലശേഖര പെരുമാൾ ഇരുന്നരുളിയേടത്തിൽ പണ്ടാരത്തിൽ ആലസ്യമായി 933 മിഥുനം 27-ാം തീയതി സ്വർഗ്ഗപ്രാപ്തിയായതിൽ ശ്രീ. ഭണ്ഡാരത്തിൽ നിന്നും പട്ടും കച്ചയും കൊടുത്തയച്ച വക."

8

അനന്തന്റെ അന്ത്യം

മാർത്താണ്ഡവർമ്മയുടെ വ്യക്തിഗത സംരക്ഷകനും അന്തരംഗ ആലോചകനും ആയി മാറിയതോടെ അനന്തപത്മനാഭന്റെ ഖ്യാതി നാട്ടിലെങ്ങും പരന്നു. അതോടൊപ്പം ശത്രുക്കളും ഏറെ ഉണ്ടായി. സാമുദായിക ശ്രേണിയിൽ മുകളിലായിരുന്ന നാടാർ സമുദായം കീഴോട്ടു വരികയും പുതുതായി രൂപംകൊണ്ട നായർ സമുദായം ശ്രേണിയിലെ മുകളിലേക്ക് കയറുകയും ചെയ്തുകൊണ്ടിരുന്ന കാലമായിരുന്നു അത്. അനന്തനോടുള്ള ബഹുമാനാർത്ഥം പല സ്ഥലങ്ങളും അദ്ദേഹത്തിന്റെ പേര് ചേർത്ത് അറിയപ്പെടുന്നു. ഉദാ: അനന്തമംഗലം, അനന്തൻവിള, അനന്തൻകാട് മുതലായവ. അനന്തപത്മനാഭൻ നാടാർക്കും നാടാർ പടയാളികൾക്കും മഹാരാജാവ് ധാരാളം സ്ഥലങ്ങൾ കരമൊഴിവായി പതിച്ചു കൊടുക്കുകയും ചെയ്തു.

അനന്തന്റെ ഖ്യാതിയിൽ അസൂയ പൂണ്ട ആളായിരുന്നു ദളവയായ രാമയ്യൻ. കൊട്ടാരത്തിനകത്ത് അനന്തപത്മനാഭനു മഹാരാജാവിന് തുല്യ സ്ഥാനമാണുണ്ടായിരുന്നത്. അനന്തൻ മഹാരാജാവിനോടൊപ്പം ഉയരുന്നതിൽ അസൂയാലുവായ രാമയ്യൻ അനന്തനെതിരെ കരുനീക്കങ്ങൾ നടത്തി. പുതിയ വരേണ്യവർഗ്ഗം അദ്ദേഹത്തോട് ചേർന്നു നിന്നു. അവർ അനന്തനെതിരെ വൻ ഗൂഢാലോചന നടത്തി. അതിന്റെ ഫലമായി. 1750 സെപ്തംബർ 13 ന് തിരുവട്ടാറിനടുത്തുള്ള അരുവിക്കരയെന്ന സ്ഥലത്ത് അനന്തനെ ആദരിക്കാനെന്ന വ്യാജേന ഒരു വിരുന്നു സൽക്കാരം നടത്തപ്പെട്ടു. സൽക്കാരത്തിന്റെ അവസാനത്തിൽ വിഷംകൊടുത്തു തളർത്തിയ ശേഷം വാളുകൊണ്ട് വെട്ടി കൊലപ്പെടുത്തിയെന്നാണ് വിശ്വാസം. മരിക്കുന്നതിനു തൊട്ടുമുമ്പ് മുറിവേറ്റ അനന്തൻ തന്റെ കുതിരയെ ഓടിച്ച് തയ്യൻവിളയിലെ പള്ളിമേടവീട്ടിലെത്തിയെന്നു പറയപ്പെടു

ന്നുണ്ട്. മുറിവേറ്റുവീണ അനന്തന്റെ ഉദരം പരിചാരകന്മാർ തുണികൊണ്ട് കെട്ടിവച്ചിട്ട് പടയാളികളുടെ സഹായത്തോടുകൂടി അദ്ദേഹത്തെ കുതിരയുടെ പുറത്തുകയറ്റി തയ്യൻവിളയിലെ പള്ളിമേട കൊട്ടാരത്തിലെത്തിച്ചുവെന്നും അധികം താമസിയാതെ അവിടെവച്ച് അദ്ദേഹം മരണമടഞ്ഞുവെന്ന വിശ്വാസവുമുണ്ട്. വീട്ടിലുണ്ടായിരുന്ന മകൻ അയ്യൻ പെരുമാൾ പിതാവിന്റെ മരണവിവരം കൽക്കുളം കൊട്ടാരത്തിലറിയിച്ചു. അനന്തന്റെ ശവസംസ്കാരച്ചടങ്ങിൽ ആദ്യാവസാനം മാർത്താണ്ഡവർമ്മ മഹാരാജാവ് പങ്കെടുത്തു. മാത്രമല്ല, അനന്തന്റെ സമാധിയിൽ ഒരു വീരക്കല്ല് സ്ഥാപിക്കുകയും ചെയ്തു. രാമയ്യൻ ദളവ ഈ സംഭവത്തിനു രണ്ടുദിവസം മുമ്പുതന്നെ സ്വദേശമായ ഏർവാടിയിലേക്കു പോയിരുന്നെന്നും അതല്ല രാമയ്യൻ തന്നെയാണ് അനന്തനെ വെട്ടിയതെന്നും വ്യത്യസ്താഭിപ്രായങ്ങളുണ്ട്.

അനന്തന്റെ അന്ത്യത്തിൽ പല ദുരൂഹതകളുമുണ്ട്. അക്കാര്യത്തിൽ മാർത്താണ്ഡവർമ്മ മഹാരാജാവ്പോലും സംശയത്തിന്റെ കരിനിഴലിലാണ്. അനന്തന്റെ സമാധിയിലെ രേഖപ്പെടുത്തലുകളാണ് അതിനാധാരം. ആ രേഖപ്പെടുത്തൽ ഇപ്രകാരമാണ്. Samadhi of Sri Ananada Padmanabhan He was the king maker of Marthanda Varmma (1729-1758) He destroyed the conspiracy to enthorne the king but later he was killed in 1750 by reason.

തൃപ്പടിദാനത്തിന്റെ അടുത്ത വർഷമാണ് അനന്തന്റെ മരണം. തൃപ്പടിദാനത്തിനു ശേഷം മാർത്താണ്ഡവർമ്മ വീണ്ടും ക്ഷത്രിയനായി ഉയരുകയും അനന്തപത്മനാഭൻ നാടരായിത്തന്നെ നിലനില്ക്കുകയും ചെയ്തതായിട്ടാണു കാണുന്നത്. മാത്രമല്ല, നാടാർ ഉൾപ്പെടെയുള്ള ചില സമുദായങ്ങളുടെ മേൽ തലവരി ഏർപ്പെടുത്തിയതും അതിനുശേഷമാണ്. തലയറ, വലയറ, കെട്ടിലക്കം, വേലപ്പതിപ്പ്, മഞ്ചകുളിയാൻ പണം എന്നീ പേരുകളിലാണ്. ഈ നികുതികൾ അറിയപ്പെട്ടിരുന്നത് ഈ നികുതികൾ നിരോധിച്ചുകൊണ്ട് റാണി ഗൗരി ലക്ഷ്മിഭായി പുറപ്പെടുവിച്ച വിളംബരത്തിൽനിന്ന്. ആ നികുതികൾ ഏർപ്പെടുത്തിയത് മാർത്താണ്ഡവർമ്മയാണെന്നു വ്യക്തമാകുന്നു. കൊല്ലവർഷം 926-ാമാണ്ടു മുതൽ 90-ാംമാണ്ടുവരെ ടി നികുതികൾ പിരിച്ചുവന്നതായി റാണിയുടെ വിളംബരത്തിൽ പറഞ്ഞിരിക്കുന്നു. വിളംബരത്തിന്റെ പ്രസക്തഭാഗം ഇങ്ങനെ.

> ഈ രാജ്യത്തു സകലമാന ജനങ്ങളും അവരവരുടെ മര്യാദപ്രകാരം നടക്കത്തക്കവണ്ണവും എല്ലാ ജനങ്ങളും സന്തോഷസൗഖ്യമായി യാതൊരു സങ്കടത്തിനു ഇടവരാതെ ഇരിക്കത്തക്കവണ്ണവും ന്യായവും ധർമ്മവും നടപ്പായിട്ടും വരത്തക്ക വണ്ണവും ചെയ്യേണ്ടുന്നതു രാജധർമ്മവും അപ്രകാരംതന്നെ വേണമെന്നു നമുക്ക് അപേക്ഷയും ഇരിക്കകൊണ്ടും വിചാരണ ചെയ്താറെ ഇപ്പോൾ ഈ നാട്ടിൽ ഏഴജാതികളായിട്ടുള്ള ഈഴവര, ചാന്നാൻ, വണ്ണാര,

കാവതി, മുക്കുവര, പറയര, പുലയര ഈ ആളുകളെക്കൊണ്ട് തലയറ, വലയറ, വേലപ്പതിവ് ഇങ്ങനെയുള്ള കരങ്ങൾ 26-ാം മാണ്ടു മുതൽ 90-ാമാണ്ടുവരെ കണ്ടെഴുതി മുതൽക്കൂട്ടി പണ്ടാരവകയ്ക്ക് പിരിച്ചുവരിക കൊണ്ടും ആയാളുകൾ ഒക്കെയും വകയില്ലാതെ പോയിരിക്കകൊണ്ടും മേലെഴുതിയ നീചജാതികളോട് മറ്റുരാജ്യങ്ങളിൽ ഒരെടത്തും ഇതിൻവണ്ണം കരം കൂട്ടിപ്പിരിക്ക മര്യാദയില്ലാഴികകൊണ്ടും 26-ാം മാണ്ടിന് 30-ാം മാണ്ടിന് കിഴിവ് മുതൽക്കൂട്ടി പിരിച്ചിട്ടില്ലാഴിക കൊണ്ടും ജനങ്ങളുടെ നന്മയും ന്യായവും വിചാരിക്കുമ്പോൾ മേലെഴുതിയ പ്രകാരം തലയറ, വലയറ ഉൾപ്പെട്ട പണം പിരിപ്പിക്കാൻ ന്യായമായിട്ടു കാണാഴികക്കൊണ്ടും പ്രസിദ്ധപ്പെടുത്തുന്ന വിളംബരം എന്തെന്നാൽ

ഇന്നെ ദിവസം, മുതൽ ഈഴവർ, ചാന്നാർ, വണ്ണാര, കാവതി, മുക്കുവര, പറയറ, പുലയര, ഈ ആളുകളുടെ പെരിൽ മുതൽകൂട്ടി ഇരിക്കുന്ന തലയറ, വലയറ, കെട്ടിലക്കം, വേലപ്പതിവ് പണം ഈ വകയിൽ ഇതുവരെയിൽ പിരിഞ്ഞതു പോകെ മേലെഴുതിയ കുടികൾ പേരിൽ വരുവാനുള്ള കുടിശ്ശികയും നിറുത്തൽ ചെയ്തിരിക്കുന്നു

എന്ന് 989 കർക്കടകം 1ന്

തന്നെ രാജാവാക്കുന്നതിന് ഒറ്റക്കെട്ടായിനിന്ന് പട രൂപവല്ക്കരിച്ച് ബന്ധുക്കളെന്ന നിലയിൽ എതിരാളികളോട് പൊരുതിയ ഒരു സമുദായത്തിനുമേൽ ഇങ്ങനെ തലവരി ഏർപ്പെടുത്തുകയും ആ സമുദായത്തെ നീചജാതിയായി മുദ്രകുത്തുകയും ചെയ്ത മഹാരാജാവിന്റെ ചേതോവികാരം എന്താണ്? അതെന്തായാലും അതോടെയാണ് നാടാർ സമുദായം പിന്തള്ളപ്പെട്ടതും ഏഴൈ ജാതിയായി മാറിയതും. അങ്ങനെ ഏഴൈ ജാതിയായി മാറിയതുകൊണ്ടാണ് നാടാർ സ്ത്രീകൾക്ക് മാറുമറയ്ക്കുന്നതിനുള്ള അവകാശത്തിനുവേണ്ടി പൊരുതേണ്ടിവന്നത്.

9

രാമയ്യൻ ദളവ

പടയോട്ടങ്ങളിൽ അനന്തപത്മനാഭനെന്നപോലെ ഭരണകാര്യങ്ങളിൽ മാർത്താണ്ഡവർമ്മയുടെ വലങ്കൈ ആയി നിന്നു പ്രവർത്തിച്ച ആളാണ് രാമയ്യൻ ദളവ. മാർത്താണ്ഡവർമ്മ മഹാരാജാവാകുന്നതിനു മുമ്പുതന്നെ രാമയ്യൻ കൊട്ടാരത്തിലെ സ്ഥിരസാന്നിദ്ധ്യമായിരുന്നു. മാർത്താണ്ഡവർമ്മയുടെ അമ്മാവനായ രാമവർമ്മയാണ് രാമയ്യനെ കൊട്ടാരത്തിൽ പ്രവേശിപ്പിച്ചത്. ഏറെ താമസിക്കാതെ രാമയ്യൻ രാമവർമ്മയുടെ വാത്സല്യ ഭാജനമാവുകയും ചെയ്തു.

രാമയ്യന്റെ പൂർവ്വികനായി രണ്ടു തലമുറയ്ക്കു മുമ്പ് അനന്തരാമ ശ്രുതിയൻ എന്നൊരു ബ്രാഹ്മണനുണ്ടായിരുന്നു. മഹാപുരോഹിതനും ശ്രേഷ്ഠപണ്ഡിതനുമായ അദ്ദേഹത്തിനു രണ്ടു മക്കളുണ്ടായിരുന്നു. രാജഗോപാലഭട്ടരും സൂര്യനാരായണ ഭട്ടരും

വംശാവലിക്ക് ചുവടെ കൊടുക്കുന്ന പട്ടിക കാണുക

വംശവിവരപ്പട്ടിക

അനന്തരാമശ്രുതിയൻ

രാജഗോപാലഭട്ടർ — സൂര്യനാരായണ ഭട്ടർ

കൃഷ്ണ ഭട്ടർ — ശങ്കരഭട്ടർ

സ്ത്രീ — കലുത്തൂരാൻ — രാമയ്യൻ ദളവ — ഗോപാലയ്യൻ — യജ്ഞനാരായണൻ (ചിന്നമ്പി)

കുലശേഖരന്മാരുടെ സമാധിസ്ഥലമായി ഗണിച്ചുവരുന്ന രാജമന്നാർക്കോവിൽ എന്ന ഗ്രാമത്തിൽ കൊല്ലവർഷം 800 നും 820 നും മദ്ധ്യേ ക്ഷേത്രത്തിന്റെ തെക്കുഭാഗത്തുള്ള അഗ്രഹാരത്തിൽ വിശിഷ്ടകുടുംബജാതനും കൗശികഗോത്രോത്ഭവനുമായി ഇരുങ്കണ്ടി എന്ന കുടുംബനാമത്തോടുകൂടി ഊർദ്ധ്വപുണ്ഡ്രം ധരിക്കുന്നവനായി രാജഗോപാലപണ്ഡിതർ എന്നുപേരുള്ള ഒരു ബ്രാഹ്മണനുണ്ടായിരുന്നു. വൈഷ്ണവനായ അദ്ദേഹത്തിന്റെ ഏക സന്തതിയായിരുന്നു അനന്തരാമ ശ്രുതിയൻ. അനന്തരാമശ്രുതിയരുടെ മക്കളായിരുന്നു രാജഗോപാല ഭട്ടരും സൂര്യ നാരായണ ഭട്ടരും. അതിൽ ഇളയവനായ സൂര്യ നാരായണ ഭട്ടർ കാലക്ഷേപത്തിനു വകയില്ലാതെ വേണാട്ടിൽ പ്രവേശിച്ച് മഹാരാജാവിനെ പ്രീതിപ്പെടുത്തി രാജാവിന്റെ പണ്ഡിതസഭയിൽ ഒരു അംഗമായിത്തീർന്നു. ക്രമേണ രാജാവിന് അദ്ദേഹത്തോട് പ്രീതി തോന്നുകയും വളരെ സൗഹൃദത്തോടെ താമസിപ്പിക്കുകയും ചെയ്തു. ഈ സൂര്യനാരായണ ഭട്ടരുടെ രണ്ടുമക്കളാണ് ശങ്കരഭട്ടരും കൃഷ്ണഭട്ടരും കൊല്ലവർഷം 898 ൽ കൃഷ്ണഭട്ടർ കുടുംബസഹിതം അരുവിക്കര എന്ന സ്ഥലത്തുചെന്നു അവിടെ കുടുംബസമേതം താമസിക്കുവാൻ തുടങ്ങി. അദ്ദേഹത്തിനു നാലു പുത്രന്മാരും ഒരു പുത്രിയും ഉണ്ടായിരുന്നു. കുളത്തൂരാൻ, രാമയ്യൻ, ഗോപാലയ്യൻ, യജ്ഞനാരായണൻ എന്നിങ്ങനെയായിരുന്നു. പുത്രന്മാരുടെ പേരുകൾ. പുത്രിമാരുടെ പേര് രേഖകളിൽ കാണുന്നില്ല.

കൃഷ്ണഭട്ടരുടെ മരണശേഷം അദ്ദേഹത്തിൽ മക്കൾ അനുജനായ ശങ്കരഭട്ടരുടെയും അതുവഴി അദ്ദേഹത്തിന്റെ അമ്മാവനായ രാമശാസ്ത്രികളുടെയും സംരക്ഷണത്തിലായിരുന്നു. അങ്ങനെയിരിക്കെ ഒരുദിവസം ശങ്കരഭട്ടരുടെ അമ്മാവനായ ശാസ്ത്രികൾ, അന്ന് മഹാരാജാവ് എഴുന്നള്ളി താമസിച്ചിരുന്ന പത്മനാഭപുരത്തേക്ക് യാത്രതിരിച്ച സമയം കൃഷ്ണഭട്ടരുടെ മക്കളിൽ മൂന്നാമനായ രാമയ്യൻ തന്നെക്കൂടി കൊണ്ടുപോകാൻ അപേക്ഷിക്കുകയും അതിൻപ്രകാരം ശാസ്ത്രികൾ കൂടെക്കൂട്ടി കൊണ്ടുപോവുകയും ചെയ്തു.

അത് മാർത്താണ്ഡവർമ്മയുടെ അമ്മാവനായ രാമവർമ്മയുടെ കാലമായിരുന്നു. ശാസ്ത്രികൾക്ക് മഹാരാജാവുമായി പ്രത്യേക അടുപ്പം ഉണ്ടായിരുന്നു. കൊട്ടാരത്തിലെത്തിയ ശാസ്ത്രികൾ മഹാരാജാവുമായി സംസാരിച്ചുനില്ക്കെ രാമയ്യൻ കൊട്ടാരവും പരിസരവുമൊക്കെ നിരീക്ഷിച്ചു കൊണ്ടു നില്ക്കുകയായിരുന്നു. അപ്പോൾ കൊട്ടാരത്തിൽ അകത്തെ മുറിയിലിരുന്ന ഒരു രായസംപിള്ള നീട്ടെഴുതുന്നതു ശ്രദ്ധയിൽപ്പെട്ടു. പിന്നീട് അതിനെ വായിച്ചു കേൾപ്പിച്ച് തുല്യം ചാർത്തി കൊണ്ടുപോവുകയും ചെയ്തു. നീട്ട് എഴുതാൻ പറഞ്ഞു കൊടുത്ത ശാസ്ത്രികൾ പുറത്തുവന്നപ്പോൾ അദ്ദേഹത്തോട് രാമയ്യൻ പറഞ്ഞു. "അങ്ങ് പറഞ്ഞുകൊടുത്തതുപോലെയല്ല രായസം പിള്ള എഴുതിയത്. അയാൾ എഴുതിയത് ഒരുവിധവും വായിച്ചതു വേറൊരു വിധവുമാണ്. "ഉടനെ രാമയ്യനെ അകത്തേക്ക് വിളിപ്പിച്ചിട്ട് ശാസ്ത്രികൾ ചോദിച്ചു. "കുട്ടി എങ്ങനെയാണ് അതു

മനസ്സിലാക്കിയത്? ഓല വായിച്ചു നോക്കിയോ?" "ഇല്ല ഞാനതു വായിച്ചിട്ടില്ല." പിന്നെങ്ങനെയാണ് പറഞ്ഞുകൊടുത്തതുപോലെയല്ല എഴുതിയതെന്നു മനസ്സിലാക്കിയത്?" ശാസ്ത്രികളുടെ അടുത്ത ചോദ്യം.

"ഓലയിലൂടെ പിള്ളയുടെ കൈ ചലിച്ച രീതി കണ്ടാണ് ഞാനതു മനസ്സിലാക്കിയത്. അങ്ങയുടെ ചുണ്ടിന്റെ ചലനത്തിനനുസരിച്ചായിരുന്നില്ല പിള്ളയുടെ കൈയുടെ ചലനം."

"അമ്പട വീരാ." ശാസ്ത്രികൾ അറിയാതെ പറഞ്ഞുപോയി. എങ്കിലും രാമയ്യൻ പറഞ്ഞതു ശരിയാകണമെന്നില്ലെന്നു അടുത്ത നിമിഷം തോന്നുകയാൽ ഉടൻതന്നെ കൊണ്ടുപോയ നീട്ട് തിരികെ വരുത്തിവായിച്ചു നോക്കി. രാമയ്യൻ പറഞ്ഞതുപോലെ മഹാരാജാവിന്റെ അഭിപ്രായത്തിനു വിപരീതമായാണു എഴുതിയിരുന്നതെന്നു മനസ്സിലായി. ശാസ്ത്രികൾ ഉടൻതന്നെ മഹാരാജാവിനോടു കാര്യം പറഞ്ഞു. ക്രുദ്ധനായ രാജാവ് ആ രായസം പിള്ളയെ തൽക്ഷണം ജോലിയിൽനിന്ന് പിരിച്ചുവിടാൻ കല്പന പുറപ്പെടുവിച്ചു. അനന്തരം ശാസ്ത്രികളെ നോക്കി മഹാരാജാവ് പറഞ്ഞു. "ഈ കുട്ടി കൊട്ടാരത്തിൽ കഴിയട്ടെ." അന്നു മുതൽ രാമയ്യൻ കൊട്ടാരത്തിലെ നിറസാന്നിദ്ധ്യമായി. അന്ന് അദ്ദേഹത്തിനു പതിനൊന്നു വയസ്സായിരുന്നു പ്രായം. കൊ വ 888 ലാണ് രാമയ്യന്റെ ജനനം. കൊ. വർഷം 901 ലാണ് ഈ സംഭവം നടന്നത്.

904 ചിങ്ങമാസം വരെയും രാമയ്യനു പ്രത്യേക ജോലിയൊന്നും കൊട്ടാരത്തിൽ ഉണ്ടായിരുന്നില്ല. ആ വർഷംതന്നെ അദ്ദേഹത്തെ ഗുമസ്തനായി നിയമിക്കുകയും പിന്നീട് സമ്പ്രതിയായി (പ്രധാന ഗുമസ്തൻ) പ്രമോഷൻ കൊടുക്കുകയും ചെയ്തു. തന്നെ ഏല്പിച്ച പണികളെല്ലാം രാമയ്യൻ സ്തുത്യർഹമായിത്തന്നെ ചെയ്തിരുന്നു. ക്രി വ 173 ൽ ദളവയായി നിയമിതനായതോടെ തന്റെ സാമർത്ഥ്യവും സ്വാമിഭക്തിയും അദ്ദേഹം കൂടുതൽ പ്രകടമാക്കി. രാമയ്യന്റെ സഹായത്തോടെ ഭരണകാര്യങ്ങൾ മെച്ചപ്പെടുത്തുവാൻ മാർത്താണ്ഡവർമ്മയ്ക്ക് കഴിഞ്ഞു. കുരുമുളക്, ഉപ്പ്, അടയ്ക്ക തുടങ്ങിവയുടെ സംഭരണത്തിനും കയറ്റുമതിക്കുമായി ഒരു പുതിയ വകുപ്പ് ഉണ്ടാക്കിയപ്പോൾ രാമയ്യനായിരുന്നു അതിന്റെ മേധാവിയായത്. എന്നാൽ രാമയ്യന്റെ പല നടപടികളും ജനങ്ങൾക്ക് ബുദ്ധിമുട്ടുണ്ടാക്കുന്നതായിരുന്നു. കാർഷികോല്പന്നങ്ങൾ നിസ്സാരവിലയ്ക്ക് സർക്കാരിനെ ഏല്പിക്കണമെന്ന നിയമം കൊണ്ടുവന്നതിനു പിറകിൽ പ്രവർത്തിച്ചത് രാമയ്യനായിരുന്നു. നാഞ്ചിനാട്ടിലെ കൃഷിക്കാർ അതിൽ പ്രതിഷേധിച്ചു. കാർഷികോല്പന്നങ്ങൾക്ക് ന്യായവില ലഭിക്കണമെന്ന് ആവശ്യപ്പെട്ടുകൊണ്ട് അവർ സമരം ആരംഭിച്ചു. ക്രമേണ അത് ഒരു വലിയ കലാപമായി മാറി. കലാപം അനിയന്ത്രിതമായതോടുകൂടി മഹാരാജാവ് ബ്രിട്ടീഷ് പട്ടാളത്തിന്റെ സഹായം ആവശ്യപ്പെട്ടു. ബ്രിട്ടീഷ് സൈന്യം അനേകം കലാപകാരികളെ തോക്കിനിരയാക്കി. അങ്ങനെ ആ കലാപം കെട്ടടങ്ങി.

കൊട്ടാരത്തിൽ തനിക്കു തുല്യമായ സ്ഥാനം പടത്തലവനായ അന

ന്തപത്മനാഭനും കൊടുത്തിരുന്നത് രാമയ്യനെ അസ്വസ്ഥനാക്കി. മഹാരാജാവിനോടുള്ള അനന്തന്റെ അടുപ്പംതന്നെ ഏതുവിധമാണ് ബാധിക്കുകയെന്ന കാര്യം രാമയ്യനെ കുറച്ചൊന്നുമല്ല അസ്വസ്ഥനാക്കിയത്. എങ്ങനെയെങ്കിലും അതിനു തടയിടണമെന്ന തീരുമാനിച്ച രാമയ്യൻ അനന്തനെതിരെ ഗൂഢനീക്കങ്ങൾ നടത്തി. അത് അനന്തന്റെ കൊലയിൽ അവസാനിച്ചു.

ഭരണരംഗത്തെ ത്രിമൂർത്തികളായിരുന്നു മാർത്താണ്ഡവർമ്മയും രാമയ്യനും അനന്തപത്മനാഭനും. പക്ഷേ, മുഖ്യധാരാ, ചരിത്രകാരന്മാർ അനന്തനെ കണ്ടഭമട്ടില്ല. അദ്ദേഹത്തെ അവഗണനകൊണ്ട് സ്വന്തം നാട് തോല്പിച്ചുകളഞ്ഞു. അതുകൊണ്ട് ഈ ഗ്രന്ഥകാരൻ ഇവിടെ ഇങ്ങനെ ചിലതു കുറിക്കുന്നു.

10

കേരളത്തിന്റെ ആര്യവല്ക്കരണം യഥാർത്ഥ ശൂദ്രവല്ക്കരണം?

കേരളത്തിന്റെ ആര്യവല്ക്കരണം മന്ദമെങ്കിലും ബുദ്ധിപൂർവ്വം നടപ്പാക്കിയ ഒന്നാണെന്ന കാര്യത്തിൽ ചരിത്രകാരന്മാരെല്ലാം യോജിക്കുന്നുണ്ട്. അതിനുവേണ്ടി ആയുധമെടുത്തിട്ടുണ്ടെങ്കിലും നയോപായങ്ങളാണ് കൂടുതൽ സഹായകമായിരുന്നത്. ആര്യന്മാരെന്നും ബ്രാഹ്മണരെന്നുമുള്ള വാക്കുകൾ പരസ്പരം മാറ്റിയും മറിച്ചും ഉപയോഗിച്ചു കാണുന്നതുകൊണ്ട് ആര്യവല്ക്കരണമെന്നു പറയുമ്പോൾ എന്താണ് വിവക്ഷയെന്ന കാര്യത്തിൽ സംശയമുണ്ടാകാം. ആര്യന്മാരെല്ലാം ബ്രാഹ്മണരല്ലാത്തതുകൊണ്ട് അതിനെപ്പറ്റി ഒരു പുത്തൻ വിചിന്തനം ആവശ്യമായിരിക്കുന്നു.

ക്രിസ്തുവർഷത്തിന്റെ ആദ്യശതകങ്ങളിൽത്തന്നെ ആര്യന്മാരുടെ സ്വാധീനശക്തി കേരളത്തിൽ ഉണ്ടായിരുന്നുവെന്നതിനു സംഘകാലസാഹിത്യം തെളിവു നല്കുന്നു. സംഘകാലകവികളിൽ ചിലർ ഇവിടെയുണ്ടായിരുന്ന ബ്രാഹ്മണരാണെന്നും ചരിത്രകാരന്മാർ കരുതിപ്പോരുന്നു. പക്ഷേ, ക്രിസ്തുവർഷത്തിന്റെ ആദ്യ ശതകങ്ങളിലും അതിനുമുമ്പും കേരളത്തിലെത്തിയ ആര്യന്മാർ ബ്രാഹ്മണരാണെന്നു പറയുന്നതിന് മുമ്പ് അന്ന് ആര്യ ബ്രാഹ്മണർക്ക് മറ്റു ദേശങ്ങളിൽനിന്ന് പലായനം ചെയ്ത് ഇങ്ങ് തെക്കേയറ്റത്തെ കേരളത്തിൽ വന്നുകയറേണ്ട സാഹചര്യം ഉണ്ടായിരുന്നോ എന്ന കാര്യം പരിശോധിക്കേണ്ടിയിരിക്കുന്നു. ഇവിടെ എത്തിപ്പെട്ട അവരുടെ ജീവിതം എങ്ങനെയായിരുന്നുവെന്ന കാര്യവും പരിശോധിക്കേണ്ടതാണ്.

വളരെ വികൃതവും ബ്രാഹ്മണ താല്പര്യങ്ങൾ മാത്രം സംരക്ഷിക്കുന്നതുമായ ഒരു വ്യവഹാര വിചാര സമ്പ്രദായമായിരുന്നു ഭാരതത്തിൽ,

പ്രത്യേകിച്ച് ഉത്തരേന്ത്യയിൽ വൈദികകാലത്തു നിലനിന്നിരുന്നത്. ശ്രുതികളും സ്മൃതികളുമാണ് ഭരണാധികാരികളെ നയിക്കുകയും നിയന്ത്രിക്കുകയും ചെയ്തിരുന്നത്. ബ്രാഹ്മണന്റെ 'പവിത്രമായ' മേല്ക്കോയ്മ രാജാവുപോലും അംഗീകരിച്ചിരുന്നു. ബ്രാഹ്മണമതം നിർദ്ദേശിക്കുന്ന ദണ്ഡനീതി കർശനമായി നടപ്പാക്കുകയായിരുന്നു രാജാവിന്റെ ജോലി. ചാതുർവർണ്യത്തിലെ വർണ്ണവ്യവസ്ഥ നിലനിർത്തി ബ്രാഹ്മണമേധാവിത്തം ഊട്ടിയുറപ്പിക്കുന്നതിനാണ് രാജാവ് ദണ്ഡനീതി ഉപയോഗിച്ചിരുന്നത്. രാജാവ് വ്യവഹാരകാര്യങ്ങൾ വിചാരണ ചെയ്യാൻ ആഗ്രഹിക്കുമ്പോൾ ബ്രാഹ്മണരോടും ബ്രാഹ്മണരായ മന്ത്രിമാരോടുംകൂടി വേണമായിരുന്നു ന്യായസഭയിൽ പ്രവേശിക്കേണ്ടതെന്ന് *മനുസ്മൃതി*യിൽ പറഞ്ഞിരിക്കുന്നു. (8-ാം അദ്ധ്യായം ഒന്നാം ശ്ലോകം) മാത്രമല്ല, രാജാവ് ബ്രാഹ്മണനെ നിത്യവും പൂജിച്ച് അവർ പറയുന്നതനുസരിച്ചു വേണം രാജ്യഭരണം നടത്തേണ്ടിയിരുന്നത്. ഏതുതരം വ്യവഹാരവും വർണ്ണമനുസരിച്ച് മാത്രമേ നടത്താൻ പാടുള്ളൂ. അതാണത്രെ സനാതനധർമ്മം. ഏതു സാഹചര്യത്തിലും ശൂദ്രനെ വ്യവഹാര വിചാരണ കർത്താവായി നിയമിക്കാൻ പാടില്ലായിരുന്നു. അത്തരം വ്യവഹാര വിചാരണകൊണ്ട് ബ്രാഹ്മണർക്ക് എന്തെന്നില്ലാത്ത നേട്ടമാണ് ഉണ്ടായിരുന്നത്. കുറ്റവാളികളുടെ മേൽ ചുമത്തുന്ന പിഴ രാജ്യത്തെ ഖജനാവിലേക്ക് അല്ല പോയിരുന്നത്. അത് മുഴുവൻ ദക്ഷിണയായി ബ്രാഹ്മണന് കൊടുക്കാനുള്ളതായിരുന്നു. ഏതുതരം വ്യവഹാരമായാലും അതുകൊണ്ട് ദ്വിജന് ഗുണം മാത്രമേ ഉണ്ടാവുകയുള്ളൂവെന്ന കാര്യം എടുത്തുപറയാൻ സ്മൃതികാരൻ മറന്നിട്ടില്ല. (*മനുസ്മൃതി* 8: ശ്ലോകം 169) മാത്രമല്ല, ബ്രാഹ്മണൻ എന്തു കുറ്റം ചെയ്താലും അവനെ ശിക്ഷിക്കാനും പാടില്ലായിരുന്നു.

ബ്രഹ്മഹത്യ (ബ്രാഹ്മണവധം) മഹാപാതകമായിരുന്നു. അതുകൊണ്ട് ബ്രാഹ്മണർ ഏതു കൊടിയ അപരാധം പ്രവർത്തിച്ചാലും അവനെ ശിക്ഷിക്കാൻ അധികാരികൾക്ക് കഴിയുമായിരുന്നില്ല. വിശുദ്ധമായ വേദങ്ങൾ ധരിച്ചിരിക്കുന്നവരാണത്രെ ബ്രാഹ്മണർ. അതുകൊണ്ടാണ് അവന് ഈ പ്രത്യേക പരിഗണന. അതിനു പുറമെയാണ് മുന്തിയ ജാതിക്കാരനാണെന്നും പുരോഹിതവർഗ്ഗമെന്നുമുള്ള മാന്യത.

പണിയെടുത്തു ജീവിക്കുന്നവരോട് ബ്രാഹ്മണർക്ക് പുച്ഛമായിരുന്നു. പട്ടിണി കിടന്നാൽപോലും ദ്വിജൻ കൃഷിപ്പണിപോലെ കായികാദ്ധ്വാനം ആവശ്യമുള്ള തൊഴിലുകൾ ചെയ്യരുതെന്നും വിലക്കുന്നുണ്ട്. അതേസമയം ശൂദ്രനെക്കൊണ്ട് രാജാവ് ബ്രാഹ്മണസേവ ചെയ്യിക്കേണ്ടതുമാണ്. (*മനുസ്മൃതി* 8: 410) അസ്വവാചീയം ശിവസങ്കല്പം എന്നീ ഋക്കുകൾ ഒരു പ്രാവശ്യം ജപിച്ചാൽ സ്വർണ്ണം മോഷ്ടിച്ച ബ്രാഹ്മണൻ പോലും പാപരഹിതനായിത്തീരും. ഗുരുപത്നിയെ പ്രാപിച്ചവനും കളങ്കരഹിതനാവാനുള്ള ഉപാധികൾ *മനുസ്മൃതി*യിൽ പറഞ്ഞുവച്ചിട്ടുണ്ട്. തെരഞ്ഞെ

ടുക്കപ്പെട്ട വേദമന്ത്രങ്ങൾ നിശ്ചിതകാലം ജപിച്ചാൽ ഏതുതരം പാതകങ്ങളിൽനിന്നും മോചനം നേടാൻ ബ്രാഹ്മണന് കഴിയുമായിരുന്നു. (*മനുസ്മൃതി:* 11:28) വേദം അവരുടെ കുത്തകയുമായിരുന്നു.

അതേ സമയം ശൂദ്രന്റെ അവസ്ഥയോ? ഒരു ശൂദ്രൻ ബ്രാഹ്മണനെ ശകാരിച്ചാൽ ശൂദ്രനോട് യാതൊരു ദയയും കാണിക്കാതെ അവനെ കൊന്നുകളയണം. വളരെ ക്രൂരവും പ്രാകൃതവുമായ രീതിയിലാണ് ആ ശിക്ഷ നടപ്പിലാക്കിയിരുന്നത്.

ബ്രാഹ്മണ നിയമാവലിയുടെ താളത്തിനൊത്തു തുള്ളാത്ത ശൂദ്രന്മാരെ നാടുകടത്തുകയോ വധിക്കുകയോ ചെയ്തു. ബ്രാഹ്മണന്റെ ആട്ടും തൊഴിയും കൊണ്ട് അവിടെ കഴിയേണ്ടതില്ലെന്ന് ഗണ്യമായ ഒരു വിഭാഗം ശൂദ്രന്മാർ തീരുമാനിച്ചു. അവർ പ്രാണനുംകൊണ്ട് തെക്കോട്ട് യാത്ര ചെയ്ത് ഇങ്ങു കേരളത്തിലെത്തിയെന്നു കരുതുന്നതാണ് യുക്തിസഹമായിട്ടുള്ളത്. അല്ലാതെ ശൂദ്രന്റെ അദ്ധ്വാനവും വൈശ്യന്റെ ധനവും ക്ഷത്രിയന്റെ സംരക്ഷണവും അനുഭവിച്ചുകഴിഞ്ഞിരുന്ന ബ്രാഹ്മണൻ തങ്ങളെ സേവിക്കാൻ ആരുമില്ലാത്ത, അസുരന്മാരുടെ ആവാസകേന്ദ്രമായിരുന്ന കേരളത്തിലേക്ക് പുറപ്പെട്ടുവെന്നു കരുതുന്നത് യുക്തിസഹമല്ല. മറിച്ച് ബ്രാഹ്മണരുടെ പീഡനത്തിൽനിന്ന് രക്ഷപ്പെടാൻവേണ്ടി ഇറങ്ങിത്തിരിച്ച ശൂദ്രന്മാരായിരുന്നു ഇവിടെ ആദ്യം എത്തിയ ആര്യന്മാരെന്നു കരുതുന്നതാണ് യുക്തിസഹം. ശൂദ്രൻ അക്ഷരം പഠിക്കരുതെന്നും വേദാഭ്യാസം ചെയ്യരുതെന്നും നിയമം ഉണ്ടായിരുന്നതുകൊണ്ട് തന്നെ ആ നിയമങ്ങളെ ലംഘിച്ചവരും ഉണ്ടായി. ആ ശൂദ്രന്മാർ യജ്ഞവും യാഗവുമൊക്കെ എന്തെന്നു മനസ്സിലാക്കിയവരുമായിരുന്നു. നിയമ ലംഘനം നടത്തി യജ്ഞവും യാഗവുമൊക്കെ നടത്തിയതുകൊണ്ട് നാടുകടത്തപ്പെട്ട ശൂദ്രന്മാരും അക്കൂട്ടത്തിലുണ്ടായിരുന്നിരിക്കണം.

ശൂദ്രനെ അടിച്ചൊതുക്കിയിട്ട് ബ്രാഹ്മണൻ ആധിപത്യം സ്ഥാപിച്ചുവെങ്കിലും ബ്രാഹ്മണൻ ചെയ്യുന്ന ഏതു ജോലി ചെയ്യുന്നതിനും ശൂദ്രൻ പ്രാപ്തനായിരുന്നു. രണ്ടു കൂട്ടരുടെയും തൊലിയുടെ നിറവും ബുദ്ധിശക്തിയുമൊക്കെ തുല്യമായിരുന്നു. പരദേശികളായി എത്തിയ ആ ശൂദ്രന്മാർ ഇവിടെ കൂലിവേല ചെയ്താണ് ജീവിച്ചിരുന്നത്. അതുകൊണ്ട് അവർ 'കൂലിപാർപ്പാൻ' എന്നാണ് അറിയപ്പെട്ടിരുന്നത്. പട്ടിണി കിടന്നാൽ പോലും ബ്രാഹ്മണൻ കായികാദ്ധ്വാനം ആവശ്യമുള്ള ജോലികൾ ചെയ്യാൻ പാടില്ലെന്ന് *മനുസ്മൃതി* അനുശാസിക്കുന്നു. അതുകൊണ്ടു തന്നെ കേരളത്തിൽ ആദ്യം എത്തിപ്പെട്ട ആര്യന്മാർ ബ്രാഹ്മണരായിരുന്നില്ലെന്നു മനസ്സിലാക്കാവുന്നതാണ്. ഇന്ന് അന്യസംസ്ഥാന തൊഴിലാളികൾ കേരളത്തിൽ വന്നു പണിയെടുക്കുന്നതുപോലെയായിരുന്നു അത്. അവർ കൂലിവേല ചെയ്തു ജീവിച്ചിരുന്നെങ്കിലും ജനസാമാന്യവുമായി ഇഴുകിച്ചേരുകയോ വൈവാഹിക ബന്ധങ്ങളിൽ ഏർപ്പെടുകയോ

ചെയ്തിരുന്നില്ല. എങ്കിലും ഇവിടെ എത്തിപ്പെട്ട ശൂദ്രന്മാർ എല്ലാ അർത്ഥത്തിലും ബ്രാഹ്മണരെപ്പോലെയായിരുന്നതുകൊണ്ട് തങ്ങൾ ബ്രാഹ്മണരാണെന്നു അവർ പ്രഖ്യാപിച്ചു. ജന്മനാട്ടിൽ അവർക്ക് വിലക്ക് ഏർപ്പെടുത്തിയിരുന്ന യജ്ഞവും യാഗവുമൊക്കെ ഈ മണ്ണിൽ പ്രയോഗിക്കുകയുംചെയ്തു. അതെല്ലാംകണ്ട് അന്ധാളിച്ചുപോയ അന്നത്തെ കേരള നിവാസികൾ ആ വരത്തന്മാർ ഭൂദേവന്മാർ തന്നെയെന്നു സമ്മതിച്ചു കൊടുക്കുകയും ചെയ്തു.

മേല്പറഞ്ഞ വിഭാഗം ആര്യന്മാരെ പിന്തുടർന്ന് മറ്റൊരു കൂട്ടർ അഞ്ചാം നൂറ്റാണ്ടോടെ കേരളത്തിൽ വന്നുചേർന്നു. അവരും പലായനം ചെയ്തെത്തിയ ശൂദ്രന്മാർ തന്നെയായിരുന്നു. അവരെപ്പറ്റിയും നാട്ടുകാർക്ക് വലിയ മതിപ്പൊന്നുമുണ്ടായിരുന്നില്ല. ഈ രണ്ടുകൂട്ടരും കേരളത്തിലേക്ക് വരുമ്പോൾ ഉത്തരേന്ത്യയിൽ ബ്രാഹ്മണന്റെ ജീവിതം സ്വർഗ്ഗതുല്യമായിരുന്നു. ആ അവസ്ഥയിൽ കഴിഞ്ഞിരുന്ന ബ്രാഹ്മണർ കൂലിവേല ചെയ്തു ജീവിക്കാൻവേണ്ടി ഇങ്ങ് കേരളക്കരയിൽ വരാനുള്ള സാദ്ധ്യത ഉണ്ടായിരുന്നില്ല. മറിച്ച് ശൂദ്രന്മാരാകട്ടെ ബ്രാഹ്മണരുടെ ആട്ടും തൊഴിയും സഹിക്കാനാകാതെ പുതിയ മേച്ചിൽസ്ഥലങ്ങൾ അന്വേഷിക്കുകയുമായിരുന്നു.

എന്നാൽ എട്ടാം നൂറ്റാണ്ടോടെ സ്ഥിതിഗതികൾക്ക് മാറ്റമുണ്ടായി. വടക്കേ ഇന്ത്യയിൽ ഗുപ്തസാമ്രാജ്യം തകർന്നപ്പോൾ ഹിന്ദുമതത്തിന്റെ സുവർണ്ണയുഗവും കഴിഞ്ഞുപോയിരുന്നു. ബ്രാഹ്മണരെ പോറ്റിവളർത്താൻ രാജാക്കന്മാർ പണ്ടത്തെപ്പോലെ തയ്യാറായില്ല. അങ്ങനെയിരിക്കെയാണ് ക്രി വ 712 ൽ അറബികൾ സിൻഡ് കീഴടക്കിയത്. അവർ അവിടെ അവരുടെ ഭരണം ഏർപ്പെടുത്തുകയും ഇസ്ലാം മതം പ്രചരിപ്പിക്കുകയും ചെയ്തു. അപ്പോഴാണ് അവിടെ മേൽജാതിക്കാരായിരുന്ന ബ്രാഹ്മണർക്ക് യാഥാർത്ഥ്യബോധമുണ്ടായത്. അറബികൾ ഏർപ്പെടുത്തിയ കരങ്ങൾ കൊടുക്കാനും അവരുടെ നിയന്ത്രണത്തിൽ കഴിയാനും അവർ ബാദ്ധ്യസ്ഥരായി. അതുകൊണ്ട് ആ പ്രദേശങ്ങളിലുണ്ടായിരുന്ന ബ്രാഹ്മണർ കൂട്ടുംകൂട്ടമായി കേരളത്തിലേക്ക് വരാൻ തുടങ്ങി. അവർ ഇവിടെ പരദേശികളായപ്പോൾ നേരത്തെ വന്നുചേർന്ന ബ്രാഹ്മണ ആര്യന്മാരുമായി കൂട്ടുകൂടി അവരൊത്തുചേർന്ന് ആദ്യംവന്ന അബ്രാഹ്മണ ആര്യന്മാർ ബ്രാഹ്മണരാണെന്നും എട്ടാം നൂറ്റാണ്ടോടുകൂടി വന്നുചേർന്ന ബ്രാഹ്മണർ നേരത്തെ വന്നു ചേർന്നവരേക്കാൾ ബ്രാഹ്മണ്യം കൂടിയ നമ്പൂതിരിയാണെന്നും പ്രഖ്യാപിച്ചു. അത് ഒരു അസ്പൃഷ്ട ന്യായമായിരുന്നു. അങ്ങനെ വന്നു കയറിയ ആര്യന്മാരെല്ലാം കൂടിച്ചേർന്ന് ഒരു സമൂഹമായി മാറി; ബ്രാഹ്മണ സമൂഹം. അതോടെ കേരളത്തിലെ ആര്യാധിനിവേശം അതിന്റെ ഉന്നതാവസ്ഥയിലെത്തി. അതോടെ ഭരണത്തിൽ കൈകടത്താനും അവർക്ക് സാധിച്ചു. ഭരണരംഗത്ത് ആധിപത്യം

പുലർത്തുന്നതിന് ആദ്യമായി അവർ ദ്രാവിഡ പുരോഹിതന്മാരായ പാണന്മാരെ വശത്താക്കി അവരും തങ്ങളെപ്പോലെ ബ്രാഹ്മണരാണെന്നു സമ്മതിച്ചുകൊടുത്തു. പുരോഹിത വർഗ്ഗത്തിന്റെ സഹായത്തോടെ നാടുവാഴികളെ ക്ഷത്രിയരാക്കി ഉയർത്തി. ആ നാടുവാഴികൾക്ക് അവർ ആര്യ ബിരുദങ്ങൾ നല്കി ബഹുമാനിക്കുകയും ചെയ്തു. എന്നാൽ അവരുടെ ചൊൽപ്പടിക്ക് നില്ക്കാത്ത നാടുവാഴികളെ കൊന്നുകളയാനും അടിമകളാക്കാനും മടിച്ചില്ല. അങ്ങനെ നാടുവാഴികളെയും പുരോഹിതന്മാരെയും ചൊൽപ്പടിക്ക് നിർത്തിയശേഷം അവരുടെ ശ്രദ്ധ തിരിഞ്ഞത് ധനികരായ കച്ചവടക്കാരുടെ നേർക്കാണ്. പാണനെ ബ്രാഹ്മണനും നാടുവാഴിയെ ക്ഷത്രിയനുമാക്കിയ ആര്യ മേധാവിത്തം ആ രണ്ടു വർണ്ണങ്ങളും ശ്രേഷ്ഠമാണെന്നും പ്രഖ്യാപിച്ചു. ക്ഷത്രിയനെ അരചവർഗ്ഗമെന്നാണ് അവർ വിശേഷിപ്പിച്ചത്. ധനികരായ കച്ചവടക്കാർക്ക് ഉത്തരേന്ത്യയിലേക്കുള്ള വാതായനങ്ങൾ തുറന്നിട്ടുകൊടുത്തുകൊണ്ട് അവരെ വണികർ ജാതിയെന്നും വിശേഷിപ്പിച്ചു. മാത്രമല്ല, തങ്ങളുടേതിൽനിന്നും വ്യത്യസ്തമായ തൊഴിലുകൾ ചെയ്തിരുന്നവരെ താണവരായി കരുതാൻ അവരെ പ്രേരിപ്പിക്കുകയും ചെയ്തു. പിന്നെ, ബ്രാഹ്മണനിയമാവലിയെ പ്രാവർത്തികമാക്കുന്നതിലായി അവരുടെ ശ്രദ്ധ. ബ്രാഹ്മണ സംരക്ഷണം രാജാവിന്റെ മഹത്തായ ധർമ്മമാണെന്നു വരുത്തിതീർക്കാനും അവർക്ക് കഴിഞ്ഞു.

ബ്രാഹ്മണനിയമാവലി പ്രാവർത്തികമാക്കണമെങ്കിൽ സമൂഹം ചാതുർവർണ്യത്തിൽ അധിഷ്ഠിതമായിരിക്കണമല്ലോ. പക്ഷേ, മൂന്നു വർണ്ണമുണ്ടാക്കാനേ കഴിഞ്ഞുള്ളൂ. (ബ്രാഹ്മണർ, ക്ഷത്രിയർ അഥവാ അരചൻ, വണികൻ) നാലാമത്തെ വർണ്ണമായ ശൂദ്രനെവിടെ? ആര്യന്മാരിൽപ്പെട്ട ശൂദ്രൻ ആദ്യമേതന്നെ വേഷംമാറി ബ്രാഹ്മണനായി കഴിഞ്ഞിരിക്കുകയാണല്ലോ. അതുകൊണ്ട് അവർ ഇവിടത്തെ ഒരു പ്രബല സമുദായത്തെ, നായർ സമുദായത്തെ ശൂദ്രർ എന്നു വിളിച്ചു. തങ്ങളുടെ കള്ളക്കളി വെളിച്ചത്താകാതിരിക്കുന്നതിനായിരുന്നു അത്. നായർ ഒരിക്കലും ശൂദ്രനല്ല. നായർ ഈ മണ്ണിലെ സാമൂഹികവും സാംസ്കാരികവുമായി ഉയർന്ന തലത്തിലുള്ള ഒരു സമൂഹവും ദ്രാവിഡ വംശജരുമാണ്. അല്ലാതെ, മറ്റു മൂന്നു വർണ്ണങ്ങളുടെയും ദാസനല്ല. ശൂദ്രനാകട്ടെ. സ്മൃതികൾ അനുശാസിക്കുന്നവിധം ദാസനുമാണ്. ഈ കള്ളക്കളി തിരിച്ചറിയണം. മദ്ധ്യകാലത്തുള്ള ഭരണപരമായ രേഖകളിലെല്ലാം ശൂദ്രനെന്ന പദമാണ് നായരെ പരാമർശിക്കേണ്ടിടത്ത് ഉപയോഗിച്ചിരിക്കുന്നത്.

തിളച്ച എണ്ണയിൽ കൈ മുക്കി കുറ്റവാളികളെ കണ്ടുപിടിച്ചിരുന്ന ഒരു രാജ്യത്ത് ഈ കള്ളക്കളിയിൽ ജയിക്കുന്നതു വലിയ പ്രയാസമുള്ള കാര്യമായിരുന്നില്ല.

വർണ്ണവ്യവസ്ഥയെപ്പറ്റി സവിസ്തരം പ്രതിപാദിക്കുന്ന *മനുസ്മൃതി*യിൽ ബ്രാഹ്മണ-ക്ഷത്രിയ-വൈശ്യ-ശൂദ്ര എന്നിങ്ങനെയുള്ള നാലു

വർണ്ണങ്ങൾ ഉണ്ടെന്നാണ് പറഞ്ഞിരിക്കുന്നത്. ആഭിജാത്യം കൂടിയ ഒരു വിഭാഗം നമ്പൂതിരിയെന്ന പേരിൽ ഉള്ളതായി മനുസ്മൃതിയിൽ കാണുന്നില്ല. കേരളത്തിൽ പരദേശികളായി വന്ന ശൂദ്രനും ബ്രാഹ്മണനും തമ്മിലുണ്ടാക്കിയ അവിശുദ്ധകൂട്ടുകെട്ട് ജനങ്ങൾ മനസ്സിലാക്കാതിരിക്കുന്നതിന് നമ്പൂതിരിയെന്ന ഒരു വിഭാഗത്തെ ഉണ്ടാക്കി. വേദങ്ങളിലും നമ്പൂതിരിയെന്ന ഒരു വിഭാഗത്തെപ്പറ്റി പറഞ്ഞുകാണുന്നില്ല.

സഹായകഗ്രന്ഥങ്ങൾ

ട്രാവൻകൂർ സ്റ്റേറ്റ് മാന്വൽ - നാഗം അയ്യ
ട്രാവൻകൂർ സ്റ്റേറ്റ് മാന്വൽ - ടി കെ വേലുപ്പിള്ള
കേരള ചരിത്രം - എ ശ്രീധരമേനോൻ
കേരളത്തിന്റെ സാംസ്കാരിക ചരിത്രം - പി കെ ഗോപാലകൃഷ്ണൻ
കൊച്ചിരാജ്യചരിത്രം - പി കെ പത്മനാഭമേനോൻ
ഒരു നഷ്ടജനതയും രാഷ്ട്രവും - പ്രൊഫ. ജെ ഡാർവിൻ.
മനുസ്മൃതി മതിലകം രേഖകൾ രാമയ്യൻ ദളവ രേഖകൾ - സ്റ്റേറ്റ് ആർകൈവ്സ് ഡിപ്പാർട്ട്മെന്റ്
Studies in Kerala history - Ilamkulam kunjan pillai
Anatomy of folklore - Dr. M Immanuel.

9 789389 410259

Printed by Libri Plureos GmbH in Hamburg,
Germany